こんにちは、にほんご！

Konnichiwa, Nihongo!
[Revised Edition]

改訂版

すぐに使える暮らしのかんたん表現

Simple, Ready-to-use Expressions for Living in Japan

即可使用的简便生活用语

Những câu đơn giản bạn có thể sử dụng
được ngay trong đời sống hàng ngày

てくてく日本語教師会
Tekuteku Nihongo Kyooshikai

the japan times PUBLISHING

こんにちは、にほんご！［改訂版］──すぐに使える暮らしのかんたん表現

Konnichiwa, Nihongo! [Revised Edition]

2009 年 12 月 20 日　初版発行
2023 年 11 月 5 日　第 2 版発行
著　者：てくてく日本語教師会／青柳 方子（あおやぎ まさこ）・小野塚 若菜（おのづか わかな）・
　　　　　岸 たか子（きし たかこ）・鈴木 英子（すずき ひでこ）・
　　　　　武 一美（たけ かずみ）・武田 純子（たけだ じゅんこ）・
　　　　　竹ノ内 由佳（たけのうち ゆか）

イラスト：小野塚 若菜
発行者：伊藤秀樹
発行所：株式会社 ジャパンタイムズ出版
　　　　　〒 102-0082 東京都千代田区一番町 2-2　一番町第二 TG ビル 2F
ISBN978-4-7890-1865-4
本書の無断複製は著作権法上の例外を除き禁じられています。

First edition: December 2009
Second edition: November 2023

Narrators: Shinnosuke Iwamoto and Mai Kanade
Recordings: The English Language Education Council
English translation: Christopher C. Pellegrini, Jon McGovern (cover)
Chinese translation: Wang Yaru, Mo Bang-Fu Office (cover)
Vietnamese translation: Nguyễn Hồng Ngọc
Proofreading: (Chinese) Amitt Co., Ltd. (Vietnamese) Nguyen Do An Nhien
Illustrations: Wakana Onozuka
Layout design and typesetting: guild
Cover design and layout design: Akio Udagawa
Printing: Chuo Seihan Printing Co., Ltd.

Published by The Japan Times Publishing, Ltd.
2F Ichibancho Daini TG Bldg., 2-2 Ichibancho, Chiyoda-ku, Tokyo 102-0082, Japan
https://jtpublishing.co.jp/

ISBN978-4-7890-1865-4

Printed in Japan

改訂版　はしがき

　外国から来て日本で生活する人の中には、学校などの教育機関で日本語を学ぶのではなく、ボランティアや隣人とのコミュニケーションを通して話せるようになっていく人も多いと思います。そのような人たちにとって、自分に合った日本語の本を探すのはなかなか難しいことではないでしょうか。

　私たちは長年日本語教師や地域のボランティアの仕事に携わってきましたが、その中で、今までの教材とは違う視点に立った、生活の中で使いながら日本語を身につけていく本の必要性を感じてきました。つまり、学習環境にかかわらず使える本、文法積み上げ式ではなく、出会った人とのコミュニケーションの中で使いながら日本語が身につく「道具」としての本です。

　そこで私たちの日本語教師やボランティアとしての経験、また海外生活の経験を生かし、生活者にまず必要になる場面、機能、文法、語彙などを精選し、検討を重ねて 2009 年にできあがったのが本書です。

　本書には、日常生活で役に立つフレーズや単語を豊富に掲載しています。初めて日本語に接する人にも負担が少なくなるように、ひらがなとローマ字を併記し、英語、中国語、ベトナム語の訳を付けました。また、理解を助け、視覚的にも印象に残るよう、イラストをふんだんに用いています。地域での生活に役立つ「マイノート」、話題を多様に発展させるための動詞・形容詞をまとめた「付録」も付けました。2023 年の改訂にあたっては、フレーズと単語を読み上げた音声も制作しました。これらを使い、自分のことばで発話することにより、出会った人とのコミュニケーションも深まることでしょう。本書が一人でも多くの人と人との架け橋になることを心から願っています。

　本書が完成に至るまでには、さまざまな人にお世話になりました。本文は細井和代さんに、イラストは浅川亜子さん、二本柳聖香さん、英語訳はキム・ヨンナムさん、中国語訳は楊宇航さんから、貴重な助言をいただきました。にほんご書店そうがく社の鈴木隆さんには、企画段階から相談にのっていただきました。この場をお借りしてお礼申し上げます。

2023 年 11 月　　著者一同

もくじ *Mokuji* Contents ／目录／ Mục lục

この本を使うみなさんへ

　日本で暮らしているみなさん、旅行で日本に滞在するみなさん、世界各地で日本とふれあう機会があるみなさん、日本語でもっと話してみたいと思ったことはありませんか。

　この本には、生活のいろいろな場面で役に立つフレーズが、入れ替え語やことばのリストとともに載っています。フレーズをそのまま使うことはもちろん、入れ替え語やリストから自分でことばを選んで入れ替えることもできます。

　また、この本を開いて「これです」と示したり、「どれですか」と尋ねたりすることもできます。

　「マイノート」は、あなたの情報を記入しておき、病院や学校で必要なとき使ってください。

　いつでもどこでもこの本をそばに置いて、あなた自身のいろいろな使い方を見つけてください。この小さな本が、みなさんとみなさんが出会う人たちとのかけ橋として役に立つことを、心から願っています。

◆構成

	項目	内容
Part 1	・日本語の文字 ・数字 ・基本のことば	必要なとき、ページを開いて使ってください。
Part 2	あいさつ	よく使う基本的なあいさつです。
	便利なフレーズ	すぐに使える便利なフレーズです。
	12の場面 　自己紹介/町で/乗り物/ 　買い物/食事/郵便局・ 　銀行/学校/病院/ 　電話/住まい/役所/ 　緊急・トラブル	各場面の構成 ・フレーズと入れ替え語 ・リスト（入れ替え語・関連語） ・マイノート（必要な場面に付いています） 　＊あなたの情報を記入しておいてください。 　＊病院や学校で、必要なとき、使ってください。
付録	・動きを表すことば ・ようすを表すことば	Part 2までに出てこないことばもたくさんあります。 日本語でもっとチャレンジしたいとき使ってください。

◆使い方

1. まず、あなたが使いたいフレーズ①を見つけます。（ローマ字②は発音を表しています。）
2. フレーズの中のピンク色の部分③は、ほかのことばと入れ替えることができます。
3. 次に、下の入れ替え語④やそれ以外のことばのリスト⑤の中から、自分の使いたいことばを選びます。（ ↔ は入れ替えられることば、 ← は関連のあることばです。使いたいことばがない場合は、辞書で引いたり、ほかの人に聞いたりして、リストの最後にある空欄に書き加えてください。）
4. ④や⑤から選んだことばを、③のピンク色の部分と入れ替えてみてください。あなたの言いたいフレーズ⑥ができあがります。
5. 音声 🎧 の聞き方の説明は 191 ページにあります。

【例】

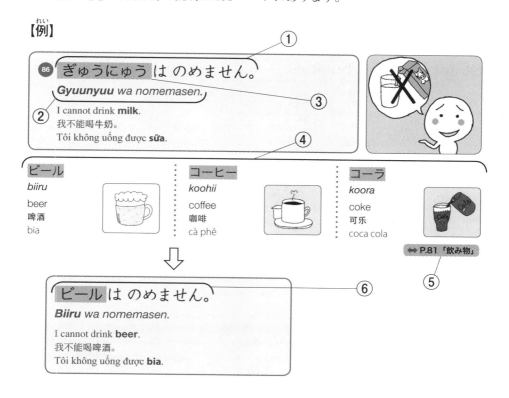

```
①
86 ぎゅうにゅう は のめません。
Gyuunyuu wa nomemasen.
                              ③
②  I cannot drink milk.
   我不能喝牛奶。
   Tôi không uống được sữa.
                              ④
```

ビール
biiru
beer
啤酒
bia

コーヒー
koohii
coffee
咖啡
cà phê

コーラ
koora
coke
可乐
coca cola

↔ P.81「飲み物」   ⑤

```
ビール は のめません。          ⑥
Biiru wa nomemasen.

I cannot drink beer.
我不能喝啤酒。
Tôi không uống được bia.
```

To the Users of This Book

Do you live in or travel to Japan? Do you come into contact with aspects of Japanese life? Haven't you considered improving your Japanese speaking ability?

This book contains a wide variety of useful phrases for everyday situations and presents them side by side with lists of interchangeable words. This allows you to either use the phrases as they are or adjust your speech according to the context.

Additionally, this book can simply be used to interpret. For example, one might ask for something by pointing to a word or picture and saying, "This one." Alternatively, it is possible to show the book to someone and ask them, "Which one?"

"My Notes" is a section of the book where you can record important personal information that might be necessary for situations such as school enrollment and hospital visits.

This book will be helpful at all times and in all places, so keep it with you and find your own way to make it work for you. We sincerely hope that this small book will be the bridge between you and all of the people that you meet.

Structure of this book

	Sections	Content
Part 1	· Japanese characters · Numbers · Basic vocabulary	When you need help with something, use this book by opening the appropriate page.
Part 2	Greetings	Frequently used, basic greetings.
	Useful phrases	Useful phrases that you can use right away.

	12 scenes:
	Self-introduction / In Town / Transportation / Shopping / Meals / Post Office, Bank / School / Hospital / Telephone / Residence / Public Office / Emergencies, Trouble
		Scene organization:
		· Phrases and interchangeable words
		· Vocabulary lists (interchangeable and related words)
		· My Notes (attached to relevant scenes)
		  * Please write your information in the blanks.
		  * Use this information whenever necessary at the hospital or in school.

Appendix	· Words that show movement · Words for describing situations	In addition to the words presented in Parts 1 and 2, there are many more words listed here. These are provided for learners who wish to push their Japanese communicative ability to the next level.

How to use

1. First of all, find the phrase that you want to use ①. (The romanized Japanese words ② show the pronunciation.)

2. The part of the phrase highlighted in pink ③ can be switched to a different word.

3. After that, you can choose the word you want to use from the word list ④ or the supplemental word list ⑤. (↔ are words that can be switched, and ✦ are related words. If you can't find the word that you want to use, look up in a dictionary or ask someone for help and write the new word in the space provided at the end of the list.)

4. Place the word you want to use from either ④ or ⑤ in the pink section of the sentence. Now you have the phrase that you want to use ⑥.

5. See P. 191 for instructions on how to listen to the audio 🎧.

【Example】

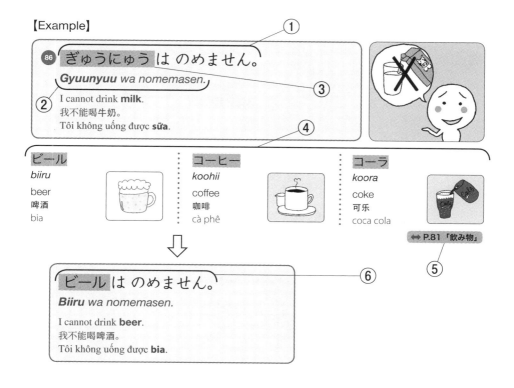

致使用此书的各位朋友们

　　在日本生活、旅游、居住在世界各地却与日本有着关联的各位朋友们，你们是否想通过日语进行交流呢？

　　在此书中，不但包含了日常生活中非常实用的各种场景"用句"，还包含了"代换语句"以及"词汇列表"。

　　场景"用句"可以拿来即用，也可以把"代换语句"和"词汇列表"代换进来使用。

　　另外，您翻开此书，可以告诉对方"是这个"，或者询问"是哪个"等等。

　　在"我的笔记本"处，您可以写下自己的情况，必要时可以在"医院""学校"等地方使用。

　　也可随时携带此书，以便能发现更多的使用方法。我们衷心祝愿此书能成为连接你我他的桥梁。

构成

	项目	内容
Part1	·日语的文字 ·数字 ·基本用语	必要时，请随时翻看此书。
Part2	·问候	常用的基本问候。
	·实用语句	方便实用的语句。
	·12种场景 自我介绍/在街上/交通工具/买东西/用餐/邮局、银行/学校/医院/电话/住处/市政府/紧急、纠纷	各个场景的构成： ·用句以及代换语句 ·列表（代换语句、相关用语） ·我的笔记本（附在必要的场景后面） ＊请写下您自己的情况。 ＊必要时请在医院或学校等地方使用。
附录	·表示动作的词语 ·表示样态的词语	记载了 part1 和 part2 中未出现的大量新词句，可以随时运用。

使用方法

1. 首先，请您先找到自己想要使用的"语句"①。（罗马字②表示发音。）

2. 语句中涂成粉色的部分③，可以用其他词汇代换进来使用。

3. 其次，从下面的"代换语句"④或"列表"⑤里选出自己想使用的词句。（↔ 处代表可代换的词类，🐝 处代表相关词类。如果没有，请查一下辞典，或者请教一下他人，并把有关词句写在列表后面的空栏里。）

4. 请把从④和⑤中选出的词语代替粉色部分中的词语③，这样，您想表达的句子⑥就做好了。

5. 音频🎧收听方法的说明在 191 页。

（例如）

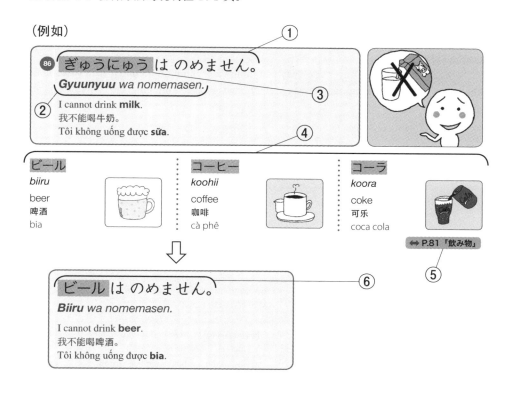

Dành cho các bạn sử dụng sách này

Các bạn đang sinh sống tại Nhật, các bạn đang đi du lịch Nhật Bản, các bạn ở các nơi trên thế giới có cơ hội giao lưu với Nhật Bản, các bạn có bao giờ muốn thể hiện bằng tiếng Nhật nhiều hơn không?

Quyển sách này sẽ cung cấp cho các bạn những mẫu câu cùng với danh sách từ vựng và các từ thay thế hữu ích trong nhiều tình huống của cuộc sống. Các bạn có thể sử dụng mẫu câu cho sẵn, và cũng có thể tự chọn các từ trong danh sách thay thế để thay thế theo ý của mình.

Ngoài ra, khi mở quyển sách này ra, bạn cũng có thể chỉ "cái này", hay hỏi là "cái nào?".

Hãy ghi sẵn thông tin của bạn vào "Ghi chú của tôi", để sử dụng ở bệnh viện hoặc ở trường khi cần thiết.

Hãy luôn mang theo quyển sách này bên mình và tự mình tìm ra nhiều cách sử dụng từ khác nhau. Chúng tôi mong rằng quyển sách nhỏ này sẽ là cầu nối giúp các bạn xích lại gần nhau hơn.

Cấu trúc

	Mục	Nội dung
Part 1	· Chữ tiếng Nhật · Chữ số · Từ vựng căn bản	Hãy mở trang sách ra và sử dụng khi cần thiết.
Part 2	Chào hỏi	Là những câu chào hỏi căn bản thường được sử dụng.
	Những mẫu câu thông dụng	Là những câu thông dụng có thể sử dụng ngay.
	12 tình huống Tự giới thiệu / Trong thành phố / Phương tiện giao thông / Mua sắm / Ăn uống / Bưu điện, Ngân hàng / Trường học / Bệnh viện / Điện thoại / Chỗ ở / Cơ quan nhà nước / Khẩn cấp, Rắc rối	Cấu trúc trong các tình huống · Mẫu câu và từ thay thế · Danh sách (từ thay thế, từ liên quan) · Ghi chú của tôi (Có các ngữ cảnh cần thiết) 　＊ Hãy viết thông tin của bạn vào. 　＊ Hãy sử dụng ở bệnh viện hoặc trường học khi cần thiết.
Phụ lục	· Những từ biểu hiện hành động · Những từ biểu hiện trạng thái	Có rất nhiều từ không có ở Part 2. Hãy sử dụng những từ đó khi bạn muốn trau dồi tiếng Nhật nhiều hơn nữa.

Cách sử dụng

1. Trước tiên, tìm mẫu câu ① mà bạn muốn sử dụng. (Chữ Romaji ② thể hiện cách phát âm.)
2. Phần màu hồng trong mẫu câu ③ có thể thay thế bằng từ khác.
3. Tiếp theo, chọn từ bạn muốn sử dụng từ danh sách từ thay thế bên dưới ④ và từ khác ⑤. (⟷ là những từ có thể thay thế, ✎ là những từ có liên quan. Nếu không có những từ mà bạn muốn sử dụng, bạn có thể tra trong từ điển hoặc hỏi người khác rồi viết thêm vào cột để trống ở cuối danh sách.)
4. Hãy thử thay thế các từ đã chọn từ ④ hoặc ⑤ vào phần được tô màu hồng của ③. Mẫu câu ⑥ mà bạn muốn nói sẽ hoàn thành.
5. ⌢🎧⌢ Phần giải thích cách nghe tệp âm thanh ở trang 191.

【Ví dụ】

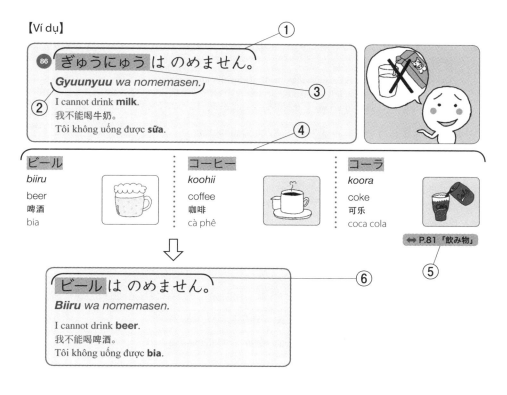

日本語の特徴
にほんご　とくちょう

Nihongo no tokuchoo

Characteristics of the Japanese Language
日语的特点
Đặc trưng của tiếng Nhật

1. 主語を省略することがあります。
しゅご　しょうりゃく

The subject (topic) of the sentence is often omitted. ／有时可省略主语。／ Có lược bỏ chủ ngữ

例. はじめまして。＿＿＿＿です。　　*Hajimemashite. ___ desu.*
れい

※「わたしは」を省略。
しょうりゃく

"*watashi wa* (I)" is omitted.／省略 "*watashi wa*（我）"。／ "Lược bỏ
"Tôi là/thì..."
→P.46 ⑤⑤

2. 文の最後がとても大事です。肯定・否定の表現、時制の表現などが付きます。
ぶん　さいご　　　だいじ　　　　こうてい　ひてい　ひょうげん　じせい　ひょうげん　　　　　つ

The end of the sentence is the most important. Affirmative and negative statements, as well as verb
tense, are expressed in the last word of the sentence. ／句尾非常重要，肯定・否定及时态等表现都放在句
尾。／ Phần cuối câu rất quan trọng, thể hiện ý khẳng định, phủ định hoặc thì của câu, v.v...

例1. きょう やすみます。　　*Kyoo yasumimasu.*　　　　　→P.110 ⑪④
※肯定　affirmative／肯定／Khẳng định
こうてい

例2. きょう やすみません。　　*Kyoo yasumimasen.*
※否定　negative／否定／Phủ định
ひてい

例3. きのう やすみました。　　*Kinoo yasumimashita.*
※過去　past／过去／Quá khứ
かこ

例4. きのう やすみませんでした。　　*Kinoo yasumimasendeshita.*
※過去・否定　past negative／过去・否定／Quá khứ・Phủ định
かこ　ひてい

例5. ちずを かいてください。　　*Chizu o kaite kudasai.*　　　　→P.52 ⑥⑥
※依頼　request／委托、请求／Nhờ và
いらい

3. 助詞（は、が、に…）は文や語句に付いて、意味や関係を表します。

A particle (は , が , に …) attached to the end of the word or phrase indicates the specific meaning or the grammatical relation.／句子或词语后面的助词（は、が、に…）表示前后词句的关系和意思。／ Các trợ từ (は , が , に v.v...) được thêm vào trong câu hoặc cụm từ để thể hiện ý nghĩa hoặc quan hệ.

主題 topic／主题／Chủ đề	は *wa*	豚肉は 食べられません。 *Buta niku wa taberaremasen.*	→P.77 ❽❹
主語 subject／主语／Chủ ngữ	が *ga*	トイレが こわれました。 *Toire ga kowaremashita.*	→P.122 ❶❸❷
具体的な日時 specific time／具体的日期和时间／Ngày giờ cụ thể	に *ni*	2008年9月に 来ました。 *Nisen hachi nen ku gatsu ni kimashita.*	→P.47 ❺❾
存在する場所 place of existence／存在的场所／Nơi tồn tại	に *ni*	部屋に 台所は ありますか。 *Heya ni daidokoro wa arimasu ka.*	→P.112 ❶❷❶
動作する場所 place of action／动作的场所／Nơi thực hiện hành động	で *de*	ここで 止めてください。 *Koko de tomete kudasai.*	→P.60 ❼❺
方法 means／方式、手段／Phương pháp	で *de*	船便で お願いします。 *Funabin de onegai shimasu.*	→P.82 ❾❿
原因・理由 cause, reason／原因、理由／Nguyên nhân, lý do	で *de*	事故で 遅れます。 *Jiko de okuremasu.*	→P.110 ❶❶❻
出発点 starting point／出发地、出发点／Điểm xuất phát	から *kara*	きのうからです。 *Kinoo kara desu.*	→P.96 ❶❶❺
終着点 ending point／终点／Điểm kết thúc	まで *made*	横浜まで いくらですか。 *Yokohama made ikura desu ka.*	→P.58 ❻❾
方向 direction／方向／Phương hướng	へ *e*	駅へ 行きたいです。 *Eki e ikitai desu.*	→P.52 ❻❺
目的語 direct object／宾语／Bổ ngữ	を *o*	さいふを なくしました。 *Saifu o nakushimashita.*	→P.121 ❶❷❻

内容説明 （ないようせつめい） Defining the content／内容说明／Giải thích nội dung	**の** *no*	国民健康保険<u>の</u> 手続きが したいです。 →P.116 **122** *Kokumin kenkoo hoken <u>no</u> tetsuzuki ga shitai desu.*
名詞の列挙 （めいしのれっきょ） listing of nouns／名词排列／Liệt kê danh từ	**と** *to*	ハンバーグ<u>と</u>パン お願いします。 →P.76 **82** *Hanbaagu <u>to</u> pan onegai shimasu.*
伝言・情報内容 （でんごん・じょうほうないよう） message, information to be quoted／留言、信息的内容／Nội dung lời nhắn, thông tin	**と** *to*	また電話します<u>と</u> 伝えてください。 →P.111 **117** *Mata denwa shimasu <u>to</u> tsutaete kudasai.*
疑問 （ぎもん） question／疑问／Nghi vấn	**か** *ka*	いくらです<u>か</u>。 →P.45 **52** *Ikura desu <u>ka</u>.*

Part 1

文字
Characters / 文字 / Chữ tiếng

数字
Numbers / 数字 / Chữ số

基本のことば
Basic Words / 基础单词 / Từ vựng căn bản

1 ひらがな
Hiragana

Hiragana
平假名
Hiragana

	a	i	u	e	o	ya	yu	yo
	あ a	い i	う u	え e	お o			
k	か ka	き ki	く ku	け ke	こ ko	きゃ kya	きゅ kyu	きょ kyo
g	が ga	ぎ gi	ぐ gu	げ ge	ご go	ぎゃ gya	ぎゅ gyu	ぎょ gyo
s / sh	さ sa	し shi	す su	せ se	そ so	しゃ sha	しゅ shu	しょ sho
z / j	ざ za	じ ji	ず zu	ぜ ze	ぞ zo	じゃ ja	じゅ ju	じょ jo
t / ch / ts	た ta	ち chi	つ tsu	て te	と to	ちゃ cha	ちゅ chu	ちょ cho
d / j / z	だ da	ぢ ji	づ zu	で de	ど do	ぢゃ ja	ぢゅ ju	ぢょ jo
n	な na	に ni	ぬ nu	ね ne	の no	にゃ nya	にゅ nyu	にょ nyo
h / f	は ha	ひ hi	ふ fu	へ he	ほ ho	ひゃ hya	ひゅ hyu	ひょ hyo
b	ば ba	び bi	ぶ bu	べ be	ぼ bo	びゃ bya	びゅ byu	びょ byo
p	ぱ pa	ぴ pi	ぷ pu	ぺ pe	ぽ po	ぴゃ pya	ぴゅ pyu	ぴょ pyo
m	ま ma	み mi	む mu	め me	も mo	みゃ mya	みゅ myu	みょ myo
y	や ya		ゆ yu		よ yo			
r	ら ra	り ri	る ru	れ re	ろ ro	りゃ rya	りゅ ryu	りょ ryo
w	わ wa				を o			
	ん n							

きっぷうりば
kippu uriba

ticket office, box office
售票处
quầy bán vé

のりば
noriba

platform, stand, stop
车站
trạm đón xe

あぶない
abunai

dangerous
危険
nguy hiểm

きけん
kiken

danger
危険
nguy hiểm

じてんしゃ
jitensha

bicycle
自行车
xe đạp

とまれ
tomare

stop
停下
dừng lại

2 カタカナ
Katakana

Katakana
片假名
Katakana

	a	i	u	e	o	ya	yu	yo
	ア *a*	イ *i*	ウ *u*	エ *e*	オ *o*			
k	カ *ka*	キ *ki*	ク *ku*	ケ *ke*	コ *ko*	キャ *kya*	キュ *kyu*	キョ *kyo*
g	ガ *ga*	ギ *gi*	グ *gu*	ゲ *ge*	ゴ *go*	ギャ *gya*	ギュ *gyu*	ギョ *gyo*
s / sh	サ *sa*	シ *shi*	ス *su*	セ *se*	ソ *so*	シャ *sha*	シュ *shu*	ショ *sho*
z / j	ザ *za*	ジ *ji*	ズ *zu*	ゼ *ze*	ゾ *zo*	ジャ *ja*	ジュ *ju*	ジョ *jo*
t / ch / ts	タ *ta*	チ *chi*	ツ *tsu*	テ *te*	ト *to*	チャ *cha*	チュ *chu*	チョ *cho*
d / j / z	ダ *da*	ヂ *ji*	ヅ *zu*	デ *de*	ド *do*	ヂャ *ja*	ヂュ *ju*	ヂョ *jo*
n	ナ *na*	ニ *ni*	ヌ *nu*	ネ *ne*	ノ *no*	ニャ *nya*	ニュ *nyu*	ニョ *nyo*
h / f	ハ *ha*	ヒ *hi*	フ *fu*	ヘ *he*	ホ *ho*	ヒャ *hya*	ヒュ *hyu*	ヒョ *hyo*
b	バ *ba*	ビ *bi*	ブ *bu*	ベ *be*	ボ *bo*	ビャ *bya*	ビュ *byu*	ビョ *byo*
p	パ *pa*	ピ *pi*	プ *pu*	ペ *pe*	ポ *po*	ピャ *pya*	ピュ *pyu*	ピョ *pyo*
m	マ *ma*	ミ *mi*	ム *mu*	メ *me*	モ *mo*	ミャ *mya*	ミュ *myu*	ミョ *myo*
y	ヤ *ya*		ユ *yu*		ヨ *yo*			
r	ラ *ra*	リ *ri*	ル *ru*	レ *re*	ロ *ro*	リャ *rya*	リュ *ryu*	リョ *ryo*
w	ワ *wa*				ヲ *o*			
	ン *n*							

バス

basu

bus
公共汽车、巴士
xe buýt

タクシー

takushii

taxi
出租车
taxi

エスカレーター

esukareetaa

escalator
自动扶梯
thang cuốn

エレベーター

erebeetaa

elevator
电梯
thang máy

トイレ

toire

bathroom, toilet, restroom
厕所
toilet, nhà vệ sinh

カン　ビン

kan　*bin*

can　　bottle
罐子　　瓶子
lon　　chai

3 町で見る漢字
Machi de miru kanji

Kanji Seen around Town
街上的汉字
Những chữ Kanji nhìn thấy trên phố

 005

非常口
hijooguchi

emergency exit
太平门
lối thoát hiểm

入口
iriguchi

entrance
入口
lối vào

出口
deguchi

exit
出口
lối ra

開く 閉まる
hiraku *shimaru*

open / close
开 / 关
mở / đóng

押す
osu

push
推
đẩy

引く
hiku

pull
拉
kéo

受付
uketsuke

reception
接待处
quầy tiếp tân

お手洗い／化粧室
otearai, keshooshitsu

bathroom, toilet, restroom
洗手间、厕所
toilet, nhà vệ sinh

優先席
yuusen seki

priority seat
优先座位
ghế ưu tiên

止まれ
tomare

stop
停下
dừng lại!

注意
chuui

attention
注意
chú ý

危険
kiken

danger
危险
nguy hiểm

立入禁止
tachiiri kinshi

off limits
禁止入内
cấm vào!

禁煙
kin'en

no smoking
禁烟
cấm hút thuốc!

待合室
machiaishitsu

waiting room
等候室
phòng đợi

駐車場
chuushajoo

parking lot
停车场
bãi đậu xe

準備中
junbichuu

preparing, getting prepared
准备中
đang chuẩn bị

営業中
eegyoochuu

open for business
营业中
đang hoạt động

使用中
shiyoochuu

currently in use
使用中
đang sử dụng

4 数

かず

Numbers
数字
Kazu   Số

					0 れい／ゼロ *ree / zero*
100,000 じゅうまん *juu man*	10,000 いちまん *ichi man*	1,000 せん *sen*	100 ひゃく *hyaku*	10 じゅう *juu*	1 いち *ichi*
	20,000 にまん *ni man*	2,000 にせん *ni sen*	200 にひゃく *ni hyaku*	20 にじゅう *ni juu*	2 に *ni*
	30,000 さんまん *san man*	3,000 さんぜん* *san zen*	300 さんびゃく* *san byaku*	30 さんじゅう *san juu*	3 さん *san*
	40,000 よんまん *yon man*	4,000 よんせん *yon sen*	400 よんひゃく *yon hyaku*	40 よんじゅう *yon juu*	4 よん／し *yon / shi*
	50,000 ごまん *go man*	5,000 ごせん *go sen*	500 ごひゃく *go hyaku*	50 ごじゅう *go juu*	5 ご *go*
	60,000 ろくまん *roku man*	6,000 ろくせん *roku sen*	600 ろっぴゃく* *roppyaku*	60 ろくじゅう *roku juu*	6 ろく *roku*
	70,000 ななまん *nana man*	7,000 ななせん *nana sen*	700 ななひゃく *nana hyaku*	70 ななじゅう *nana juu*	7 なな／しち *nana / shichi*
	80,000 はちまん *hachi man*	8,000 はっせん* *hassen*	800 はっぴゃく* *happyaku*	80 はちじゅう *hachi juu*	8 はち *hachi*
	90,000 きゅうまん *kyuu man*	9,000 きゅうせん *kyuu sen*	900 きゅうひゃく *kyuu hyaku*	90 きゅうじゅう *kyuu juu*	9 きゅう／く *kyuu / ku*

● 数の漢字

かず　かんじ

Kazu no kanji

Kanji Numbers／数字的对应汉字／Các chữ Kanji liên quan đến số

一 (1)　二 (2)　三 (3)　四 (4)　五 (5)　六 (6)　七 (7)　八 (8)　九 (9)　十 (10)

百 (100)　千 (1,000)　万 (10,000)

＊読み方に注意しましょう。

　Note how to read a denoted word. ／ 注意读法。／ Hãy chú ý đến cách đọc.

● お金　*Okane*
Money／钱／Tiền

いちまんえん
一万円
ichi man en
¥10,000

ごせんえん
五千円
go sen en
¥5,000

にせんえん
二千円
ni sen en
¥2,000

せんえん
千円
sen en
¥1,000

ごひゃくえん
五百円
go hyaku en
¥500

ひゃくえん
百円
hyaku en
¥100

ごじゅうえん
五十円
go juu en
¥50

じゅうえん
十円
juu en
¥10

ごえん
五円
go en
¥5

いちえん
一円
ichi en
¥1

● 住所　*Juusho*
Addresses／地址／Địa chỉ

ゆうびんばんごう　　　いちぜろ に　　　の　　ぜろぜろはち に
〒　　　　102　−*　0082
yuubin bangoo ichi zero ni no　　zero zero hachi ni

とうきょう と　　ちよだく　　いちばんちょう　　よんちょうめ　　ご の よん
東京都　　千代田区　　一番町　　4丁目　　5−*4
tookyoo to chiyoda ku　　ichibancho yon choome go no yon

● 電話番号　*Denwa bangoo*
Telephone Numbers／电话号码／Số điện thoại

ぜろいち　　の　　に さんよん ご　　の　　ろくななはちきゅう
01　−*2345　−*6789
zero ichi no　　ni san yon go no　　roku nana hachi kyuu

＊「−」は「の」と読みます。
"−" is read "の". ／ "−" 读作 "の"。 ／ 「-」được đọc là「の」.

5 時間

<ruby>時<rt>じ</rt>間<rt>かん</rt></ruby>

Jikan

Time
时间
Thời gian

	～じ（～時）～ji ～o'clock ／～点 ／～giờ		～ふん（～分）～ fun ～minute ／～分 ／～phút
1	いち じ *ichi ji*	1	いっ ぷん * *ippun*
2	に じ *ni ji*	2	に ふん *ni fun*
3	さん じ *san ji*	3	さん ぷん * *san pun*
4	よ じ * *yo ji*	4	よん ぷん * *yon pun*
5	ご じ *go ji*	5	ご ふん *go fun*
6	ろく じ *roku ji*	6	ろっ ぷん * *roppun*
7	しち じ *shichi ji*	7	なな ふん *nana fun*
8	はち じ *hachi ji*	8	はち ふん／はっ ぷん * *hachi fun / happun*
9	く じ *ku ji*	9	きゅう ふん *kyuu fun*
10	じゅう じ *juu ji*	10	じっ ぷん／じゅっ ぷん * *jippun / juppun*
11	じゅういち じ *juu ichi ji*	20	にじゅっ ぷん * *ni juppun*
12	じゅうに じ *juu ni ji*	30	さんじゅっ ぷん * ＝ はん *san juppun = han*
?	なん じ *nan ji*	40	よんじゅっ ぷん * *yon juppun*
		50	ごじゅっ ぷん * *go juppun*
		?	なん ぷん * *nan pun*

＊読み方に注意しましょう。
Note how to read a denoted word.
注意读法。
Hãy chú ý đến cách đọc.

<ruby>4<rt>よ</rt>時<rt>じ</rt>30<rt>さんじゅっぷん</rt>分</ruby> ＝ <ruby>4<rt>よ</rt>時<rt>じ</rt>半<rt>はん</rt></ruby>

yo ji san juppun = *yo ji han*

6 一日
いちにち
Ichinichi

One Day
1 天
Một ngày

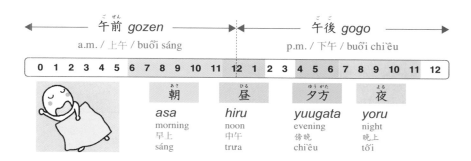

午前 *gozen*
ごぜん
a.m. / 上午 / buổi sáng

午後 *gogo*
ごご
p.m. / 下午 / buổi chiều

| 0 | 1 | 2 | 3 | 4 | 5 | 6 | 7 | 8 | 9 | 10 | 11 | 12 | 1 | 2 | 3 | 4 | 5 | 6 | 7 | 8 | 9 | 10 | 11 | 12 |

朝
あさ
asa
morning
早上
sáng

昼
ひる
hiru
noon
中午
trưa

夕方
ゆうがた
yuugata
evening
傍晚
chiều

夜
よる
yoru
night
晚上
tối

● 何時間？ *Nan jikan?*
なんじかん
How Many Hours?／几个小时?／Mấy tiếng

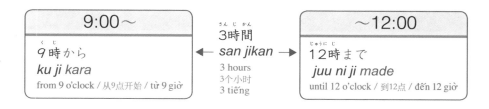

9:00～

9時から
くじ
ku ji kara
from 9 o'clock / 从9点开始 / từ 9 giờ

3時間
さんじかん
san jikan
3 hours
3个小时
3 tiếng

～12:00

12時まで
じゅうにじ
juu ni ji made
until 12 o'clock / 到12点 / đến 12 giờ

● 何分間？ *Nan pun kan?*
なんぷんかん
How Many Minutes?／几分钟?／Mấy phút

1:00～

1時から
いちじ
ichi ji kara
from 1 o'clock /
从1点开始 / từ 1 giờ

3分(間)
さんぷんかん
san pun kan
for 3 minutes
3分钟
trong 3 phút

～1:03

1時3分まで
いちじさんぷん
ichi ji san pun made
until 1:03
到1点零3分 / đến 1 giờ 3 phút

7 カレンダー
Karendaa

Calendar
日历
Lịch

きょう　　　　にせん　　ねんしちがつじゅうくにち　　げつようび
今日は、20××年7月19日、月曜日 です。

Kyoo wa, nisenXX nen shichi gatsu juuku nichi, getsuyoobi desu.

It's **Monday July 19th, 20xx** today.
今天是20XX年7月19号，星期一。
Hôm nay là **thứ hai, ngày 19 tháng 7 năm 20xx**.

7月　しちがつ　*Shichi gatsu*

日	月	火	水	木	金	土
にちようび *nichi yoobi* Sunday 星期天 Chủ nhật	げつようび *getsu yoobi* Monday 星期一 thứ Hai	かようび *ka yoobi* Tuesday 星期二 thứ Ba	すいようび *sui yoobi* Wednesday 星期三 thứ Tư	もくようび *moku yoobi* Thursday 星期四 thứ Năm	きんようび *kin yoobi* Friday 星期五 thứ Sáu	どようび *do yoobi* Saturday 星期六 thứ Bảy
				1	**2**	**3**
				ついたち* *tsuitachi*	ふつか* *futsuka*	みっか* *mikka*
4	**5**	**6**	**7**	**8**	**9**	**10**
よっか* *yokka*	いつか* *itsuka*	むいか* *muika*	なのか* *nanoka*	ようか* *yooka*	ここのか* *kokonoka*	とおか* *tooka*
11	**12**	**13**	**14**	**15**	**16**	**17**
じゅういちにち *juuichi nichi*	じゅうににち *juuni nichi*	じゅうさんにち *juusan nichi*	じゅうよっか* *juuyokka*	じゅうごにち *juugo nichi*	じゅうろくにち *juuroku nichi*	じゅうしちにち *juushichi nichi*
18	**19**	**20**	**21**	**22**	**23**	**24**
じゅうはちにち *juuhachi nichi*	じゅうくにち *juuku nichi*	はつか* *hatsuka*	にじゅういちにち *nijuuichi nichi*	にじゅうににち *nijuuni nichi*	にじゅうさんにち *nijuusan nichi*	にじゅうよっか* *nijuuyokka*
25	**26**	**27**	**28**	**29**	**30**	**31**
にじゅうごにち *nijuugo nichi*	にじゅうろくにち *nijuuroku nichi*	にじゅうしちにち *nijuushichi nichi*	にじゅうはちにち *nijuuhachi nichi*	にじゅうくにち *nijuuku nichi*	さんじゅうにち *sanjuu nichi*	さんじゅういちにち *sanjuuichi nichi*

＊読み方に注意しましょう。
Note how to read a denoted word. / 注意读法。/ Hãy chú ý đến cách đọc.

去年
kyonen
last year / 去年 / năm ngoái

▼

20××年

今年
kotoshi
this year / 今年 / năm nay

▼

来年
rainen
next year / 明年 / năm tới

先月
sengetsu
last month / 上个月 / tháng trước

▼

今月
kongetsu
this month / 这个月 / tháng này

▼

来月
raigetsu
next month / 下个月 / tháng tới

先週
senshuu
last week / 上周 / tuần trước

▼

今週
konshuu
this week / 这周 / tuần này

▼

来週
raishuu
next week / 下周 / tuần tới

1月	一月 *ichi gatsu* January / 1月 / tháng 1
2月	二月 *ni gatsu* February / 2月 / tháng 2
3月	三月 *san gatsu* March / 3月 / tháng 3
4月	四月 *shi gatsu* April / 4月 / tháng 4
5月	五月 *go gatsu* May / 5月 / tháng 5
6月	六月 *roku gatsu* June / 6月 / tháng 6
7月	七月 *shichi gatsu* July / 7月 / tháng 7
8月	八月 *hachi gatsu* August / 8月 / tháng 8
9月	九月 *ku gatsu* September / 9月 / tháng 9
10月	十月 *juu gatsu* October / 10月 / tháng 10
11月	十一月 *juu ichi gatsu* November / 11月 / tháng 11
12月	十二月 *juu ni gatsu* December / 12月 / tháng 12

昨日
kinoo
yesterday / 昨天 / hôm qua

▼

今日
kyoo
today / 今天 / hôm nay

▼

明日
ashita
tomorrow / 明天 / ngày mai

8 いくつ・何人・何まい
なんにん　なん

Ikutsu, Nannin, Nanmai

How many 🎧 010
多少、几个人、几张
Mấy cái?, Mấy người?, Mấy tờ?

	～つ ～ *tsu* （things / 物 / dùng để đếm vật)	～人 ～ *nin* （people / 人 / dùng để đếm người）	～まい ～ *mai* (thin things / 薄的东西 / dùng để đếm vật mỏng)
1	ひと つ *hito tsu*	ひとり* *hitori*	いち まい *ichi mai*
2	ふた つ *futa tsu*	ふたり* *futari*	に まい *ni mai*
3	みっ つ *mittsu*	さん にん *san nin*	さん まい *san mai*
4	よっ つ *yottsu*	よ にん *yo nin*	よん まい *yon mai*
5	いつ つ *itsu tsu*	ご にん *go nin*	ご まい *go mai*
6	むっ つ *muttsu*	ろく にん *roku nin*	ろく まい *roku mai*
7	なな つ *nana tsu*	なな／しち にん *nana / shichi nin*	なな まい *nana mai*
8	やっ つ *yattsu*	はち にん *hachi nin*	はち まい *hachi mai*
9	ここの つ *kokono tsu*	きゅう にん *kyuu nin*	きゅう まい *kyuu mai*
10	とお *too*	じゅう にん *juu nin*	じゅう まい *juu mai*
?	いく つ *iku tsu*	なん にん *nan nin*	なん まい *nan mai*

＊読み方に注意しましょう。
Note how to read a denoted word. / 注意读法。 / Hãy chú ý đến cách đọc.

9 色・形・もよう

いろ・かたち

Iro, Katachi, Moyoo

Color, Shape, Pattern
顏色、形状、图案
Màu sắc, Hình dạng, Hoa văn

あか
赤
aka

red
红色
màu đỏ

あお
青
ao

blue
蓝色
màu xanh

しろ
白
shiro

white
白色
màu trắng

くろ
黒
kuro

black
黑色
màu đen

きいろ
黄色
kiiro

yellow
黄色
màu vàng

ちゃいろ
茶色
chairo

brown
茶色
màu nâu

みどり
緑
midori

green
绿色
màu xanh lá cây

むらさき
紫
murasaki

purple
紫色
màu tím

ピンク
pinku

pink
粉色
màu hồng

オレンジ
orenji

orange
橙色
màu cam

ベージュ
beeju

beige
米色
màu be

グレー
guree

gray
灰色
màu xám

まる
丸
maru

circle
圆
hình tròn

さんかく
三角
sankaku

triangle
三角
hình tam giác

しかく
四角
shikaku

square
四方形
hình vuông

やじるし
yajirushi

arrow
箭形符号
hình mũi tên

みずたま
水玉
mizutama

polka dot
水珠
chấm bi

はな
花がら
hana gara

floral pattern
花卉图案
hoa

しま
shima

stripe
条纹
kẻ sọc

チェック
chekku

checked
方格花纹
kẻ ca-rô

Annual Events
一年中的例行活动
Các sự kiện trong năm

🎧 012

（お）正月（1月）
しょうがつ

(o)shoogatsu

New Year
新年
Tết

節分（2月）
せつぶん

setsubun

day before the beginning of spring (lunar calendar)
立春前一天 / Tiết phân

ひな祭り（3月3日）
まつ

hina matsuri

Girl's Festival
女儿节、桃花节
lễ hội búp bê

（お）花見（3〜4月）
はな　み

(o)hanami

cherry blossom viewing / 赏樱花
lễ hội ngắm hoa anh đào

入学式（4月）
にゅうがくしき

nyuugaku shiki

school entrance ceremony
开学典礼 / lễ nhập học

こどもの日（5月5日）
ひ

kodomo no hi

Children's Day
儿童节 / ngày thiếu nhi

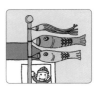

盆踊り（7〜8月）
ぼんおど

bon odori

Bon festival dance
盂兰盆节 / lễ hội Bon

七五三（11月15日）
しちごさん

shichi go san

Festival for children aged 7, 5 & 3 /
"七五三"节 / lễ hội Shichigosan

クリスマス（12月25日）

kurisumasu

Christmas
圣诞节 / Giáng sinh

季節・天気
Kisetsu, Tenki

Seasons, Weather
季节、天气
Mùa, Thời tiết

🎧 013

春
haru
spring / 春 / mùa xuân

夏
natsu
summer / 夏 / mùa hạ

秋
aki
fall, autumn / 秋 / mùa thu

冬
fuyu
winter / 冬 / mùa đông

晴れ
hare
sunny / 晴 / trời nắng

曇り
kumori
cloudy / 多云 / trời âm u

雨
ame
rain / 雨 / mưa

雪
yuki
snow / 雪 / tuyết

風
kaze
wind / 风 / gió

雷
kaminari
thunder / 雷 / sấm sét

台風
taifuu
typhoon / 台风 / bão

梅雨
tsuyu
rainy season / 梅雨 / mùa mưa

湿度
shitsudo
humidity
湿度 / độ ẩm

気温
kion
temperature
气温 / nhiệt độ

紫外線
shigaisen
ultraviolet rays
紫外线 / tia tử ngoại

花粉
kafun
pollen
花粉 / phấn hoa

12 人の言い方
<ruby>人<rt>ひと</rt></ruby>の<ruby>言<rt>い</rt></ruby>い<ruby>方<rt>かた</rt></ruby>
Hito no iikata

How to Refer to People
人称
Cách xưng hô

わたし
watashi

I
我
tôi

～さん *1
~san

Mr./Mrs./Ms. ～
小～、老～、
～先生、～女士
ông/bà/anh/chị/bạn ...

わたしたち
watashitachi

we
我们
chúng ta/chúng tôi

みなさん
minasan

everyone
大家、各位
các bạn

あなた *1
anata

you / 你、您 / bạn

かれ *2
kare

he / 他 / anh ấy

かのじょ *2
kanojo

she / 她 / cô ấy

---

*1 相手の名前を言うとき、一般的には名字に「さん」をつけて呼びます。「あなた」はあまり使いません。
When saying the name of the person you are speaking with, the word "さん" is generally attached to the family name. "あなた" isn't used much in this situation. ／说对方名字的时候，一般在其名字后面加上 "さん"，而不是用 "あなた" 来称呼。／ Khi gọi tên người khác, thông thường phải thêm " さん " sau tên của người đó, ít khi sử dụng " あなた ".

*2 「彼」「彼女」は目上の人には使いません。恋人のことを指す場合もあります。
"彼" and "彼女" are not used to refer to people of higher rank. Sometimes they mean "a lover." ／在长者面前，不用 "彼" 或 "彼女"。此称呼有时是指恋人。／ Không sử dụng " 彼 " và " 彼女 " khi gọi tên người lớn tuổi hơn mình. Có trường hợp dùng để chỉ người yêu.

Part 2

あいさつ
Greetings / 问候 / Chào hỏi

便利なフレーズ
Useful Phrases / 实用的句子 / Những mẫu câu thông dụng

12の場面
12 Scenes / 12个场景 / 12 tình huống

1 あいさつ
Aisatsu

Greetings
问候
Chào hỏi

会ったとき

Atta toki
When You Meet Someone ／见面时／ Khi gặp mặt

🎧 015

① おはようございます。*
Ohayoo gozaimasu.

Good morning.
早上好。
Xin chào buổi sáng.

② おはよう。
Ohayoo.

Morning.
早上好。
Chào buổi sáng.

③ こんにちは。
Konnichiwa.

Good afternoon.
您好。
Chào buổi trưa.

③ こんにちは。

④ こんばんは。
Konbanwa.

Good evening.
晚上好。
Chào buổi tối.

④ こんばんは。

＊「おはようございます」は「おはよう」よりていねいです。
"おはようございます" is more polite than "おはよう."
"おはようございます" 这种说法比 "おはよう" 要礼貌。
Cách nói " おはようございます " là cách nói trịnh trọng hơn cách nói " おはよう".

別れるとき わか

Wakareru toki

When Saying Goodbye ／告別时／ Khi chia tay

🎧 016

⑤ じゃあ、また。[*1]

Jaa, mata.

See you.
再见。
Gặp lại sau nhé!

⑥ しつれいします。[*2]

Shitsuree shimasu.

Excuse me. / Pardon me.
我失陪了。
Tôi xin phép đi trước.

⑦ さようなら。

Sayoonara.

Goodbye. ／再见。／ Tạm biệt.

⑧ おやすみなさい。[*3]

Oyasuminasai.

Have a good night. / Sleep well.
晚安。／ Chúc ngủ ngon.

⑨ おだいじに。[*4]

Odaijini.

Get well/better soon. ／您多保重。／ Hãy giữ gìn sức khỏe nhé!

[*1] 「じゃあ、また」は親しい相手や年下の人に使います。
"じゃあ、また" is used with friends and family. ／ "じゃあ、また" 在关系亲密的朋友之间使用。／ Cách nói " じゃあ、また " sử dụng khi nói với bạn mới hoặc người nhỏ tuổi hơn.

[*2] 「失礼します」は「さようなら」よりていねいです。
"失礼します" is more polite than "さようなら." ／ "失礼します" 这种说法比 "さようなら" 要礼貌。／ Cách nói " 失礼します " là cách nói trịnh trọng hơn cách nói " さようなら ".

[*3] 寝る前に親しい間でも使います。
These expressions can be used with friends and family before going to bed. ／睡前，在关系亲密的朋友之间使用。／ Sử dụng với người thân quen trước khi đi ngủ.

[*4] 病気の人と別れるときに使います。
It is used when saying goodbye to a person who is sick. ／和病人告别的时候使用。／ Sử dụng khi chào tạm biệt người bệnh.

10 ありがとうございます。[*1]

Arigatoo gozaimasu.

Thank you.／谢谢。／ Xin cảm ơn.

11 どういたしまして。[*2]

Doo itashimashite.

You're welcome.／不客气。／ Không có chi.

12 ありがとう。

Arigatoo.

Thanks.
谢谢。
Cám ơn.

13 いいえ。

Iie.

Don't mention it. / No (it was nothing).
不用谢。／ Không có gì.

14 どうぞ。

Doozo.

Please. / Go ahead.
请。
Xin mời tự nhiên.

10 ありがとうございます。

Arigatoo gozaimasu.

Thank you.
谢谢。
Xin cảm ơn.

*1 「ありがとうございます」は「ありがとう」よりていねいです。
　"ありがとうございます" is more polite than "ありがとう."／"ありがとうございます" 这种说法比 "ありがとう" 要礼貌。
　Cách nói " ありがとうございます " là cách nói trịnh trọng hơn cách nói " ありがとう".

*2 「どういたしまして」はとてもていねいな言い方です。
　"どういたしまして" is a very polite expression.／"どういたしまして" 这种说法很有礼貌。／ " どういたしまして " là cách
　nói rất trịnh trọng.

あやまる

Ayamaru
Apologizing ／道歉／ Xin lỗi

🎧 019

15 もうしわけ
ありません。*1

*Mooshiwake
arimasen.*

I'm sorry.
十分抱歉。
Thành thật xin lỗi.

16 ごめんなさい。*2

Gomennasai.

I'm sorry.
对不起。不好意思。
Xin lỗi.

17 すみません。*3

Sumimasen.

Sorry.
对不起。
Xin lỗi.

18 いいえ。

Iie.

No, it's fine. / Don't worry
about it.
没关系。／Không có gì.

呼びかける

Yobikakeru
Calling Out to Someone ／打招呼／ Gọi

🎧 020

19 すみません。*3

Sumimasen.

Excuse me.
对不起，打扰一下。
Xin lỗi, cho tôi hỏi…

20 はい。

Hai.

Yes? / How can I help you?
怎么啦?
Vâng.

＊1 「もうしわけありません」はとてもていねいな言い方です。
　"もうしわけありません" is a very polite expression. ／ "もうしわけありません" 是一种很有礼貌的说法。／ Cách nói " もうしわけありません " là cách nói rất trịnh trọng.

＊2 「ごめんなさい」は子供や親しい間の人に使います。
　"ごめんなさい" is used with children and people you are close to. ／ "ごめんなさい" 使用于孩子之间或关系亲密的朋友之间。／ Cách nói " ごめんなさい " là cách nói được sử dụng khi nói chuyện với trẻ con và những người thân thiết.

＊3 「すみません」は、あやまるときにも、呼びかけるときにも使います。
　"すみません" is used both when apologizing and when calling out to someone. ／ "すみません" 可以用作道歉，也可以用来招呼别人，引起对方注意。／ Cách nói " すみません " được sử dụng khi muốn nói lời xin lỗi, và cũng có khi được sử dụng để gọi người khác.

食べるとき (た) — *Taberu toki*
When Eating ／用餐时／ Khi ăn

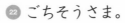 021

21 いただきます。
Itadakimasu.

[Greeting before eating/drinking]
我先吃了。
Mời mọi người ăn cơm.

22 ごちそうさま。
Gochisoosama.

[Greeting after eating/drinking]
我吃好了。
Bữa ăn rất ngon, xin cám ơn.

お祝いを言う (いわ) (い) — *Oiwai o iu*
Congratulating Someone ／祝贺／ Nói lời chúc mừng

🎧 022

23 おめでとう
ございます。*
Omedetoo
gozaimasu.

Congratulations.
祝贺（恭喜）您。
Xin chúc mừng.

24 おめでとう。
Omedetoo.

Congratulations.
恭喜。
Chúc mừng.

10 ありがとうございます。

12 ありがとう。

👉 P.38「お礼を言う」

＊ 「おめでとうございます」は「おめでとう」よりていねいです。
　"おめでとうございます" is more polite than "おめでとう." ／ "おめでとうございます" 这种说法比 "おめでとう" 要礼貌。
　Cách nói " おめでとうございます " là cách nói trịnh trọng hơn cách nói " おめでとう ".

出かけるとき

で

Dekakeru toki
When Going Out/Leaving ／出门时／ Khi đi ra ngoài

🎧 023

25 いってきます。

Ittekimasu.

I'll be back.
我走了。
Tôi đi đây.

26 いってらっしゃい。

Itterasshai.

See you soon.
走好啊。
Anh/chị/bạn đi nhé.

帰ったとき

かえ

Kaetta toki
When You've Returned Home ／回家时／ Khi trở về

🎧 024

27 ただいま。

Tadaima.

I'm back. / I'm home.
我回来了。
Tôi đã về rồi đây.

26 おかえりなさい。

Okaerinasai.

Welcome back. / Welcome home.
回来啦。
Anh/chị/bạn đã về đấy à.

2 便利な<ruby>便<rt>べん</rt></ruby><ruby>利<rt>り</rt></ruby>なフレーズ

Benrina fureezu

Useful Phrases
实用的句子
Những mẫu câu thông dụng

<ruby>頼<rt>たの</rt></ruby>む

Tanomu
Asking a Favor ／请求／ Nhờ vả

🎧 025

---

29 おねがいします。

Onegai shimasu.

Please.
拜托了。
Xin giúp cho.

---

30 もういちど おねがいします。

Mooichido onegai shimasu.

Please say that again.
请您再说一遍。
Xin vui lòng lặp lại một lần nữa.

31 えいごで おねがいします。

Eego de onegai shimasu.

Please say it in English.
请您用英语说。
Xin vui lòng nói bằng tiếng Anh.

---

32 かいてください。

Kaite kudasai.

Please write it.
请写一下。
Xin vui lòng viết ra.

---

33 おしえてください。

Oshiete kudasai.

Please tell me.
请告诉我。
Xin vui lòng chỉ cho tôi.

34 ちょっと まってください。

Chotto matte kudasai.

Just a moment.
请您稍等一会儿。
Xin vui lòng chờ một chút.

---

35 はい。

Hai.

Yes.
是的。
Vâng.

36 いいえ。

Iie.

No.
不是。
Không.

37 わかりました。

Wakarimashita.

I understand.
我明白了。
Tôi hiểu rồi.

38 わかりません。

Wakarimasen.

I don't understand.
我不明白。
Tôi không hiểu.

39 だいじょうぶです。

Daijoobu desu.

It's OK.
没关系。
Không sao đâu,
không có vấn đề gì
cả.

40 だめです。

Dame desu.

It's not OK.
不行。
Không được phép.

41 できます。

Dekimasu.

I can.
能（可以）。
Có thể.

42 できません。

Dekimasen.

I can't.
不行（不会）。
Không thể.

43 **なん**ですか。

Nan *desu ka.*

What is it?
是什么?
Nó là gì?

44 にほんごで **なん**ですか。

Nihongo de ***nan*** *desu ka.*

How do you say it in Japanese?
用日语怎么说?
... nói bằng tiếng Nhật là gì?

45 **なに**がいいですか。

Nani *ga iidesu ka.*

What do you want/like?
你想要什么?
Cái gì thì được?

46 **いつ**ですか。

Itsu *desu ka.*

When is it?
什么时候?
Khi nào?

47 **どこ**ですか。

Doko *desu ka.*

Where is it?
在哪儿? 在哪里?
Ở đâu?

48 **だれ**ですか。

Dare *desu ka.*

Who is (he, she, etc.)?
是谁?
Ai?

49 **どれ**ですか。

Dore *desu ka.*

Which is it?
是哪个?
Cái nào?

50 **どっち**ですか。

Docchi *desu ka.*

Which one is it?
哪一个?
Chỗ nào?

51 **いくつ**ですか。

Ikutsu *desu ka.*

How many are there?
有多少?
Bao nhiêu cái?

52 **いくら**ですか。

Ikura *desu ka.*

How much is it?
多少钱?
Bao nhiêu tiền?

53 **どうして**ですか。

Dooshite *desu ka.*

Why is that?
为什么?
Tại sao?

54 **どうやって** いきますか。

Dooyatte *ikimasu ka.*

How do you go/get there?
怎么去?
Đi bằng cách nào?

3 自己紹介

じ こ しょうかい

Jiko shookai

Self-Introduction
自我介绍
Tự giới thiệu

---

55 はじめまして。＿＿＿＿＿*¹ です。*²

Hajimemashite. ＿＿＿＿ desu.

Nice to meet you. I'm ＿＿＿＿.
初次见面, 我是＿＿＿＿。
Xin chào. Tôi là ＿＿＿＿.

---

56 どうぞ よろしく おねがいします。

Doozo yoroshiku onegai shimasu.

[Greeting when meeting someone for the first time]
请多关照。
Rất vui được gặp bạn.

＊1 ＿＿＿＿：自分の名前

your name ／自己的名字／ tên mình

＊2 自己紹介のとき、「わたしは」は言わないことが多いです。自分や自分の家族の名前には「さん」はつけません。

It is not common to use the expression "わたしは" when saying one's name. Don't use the suffix "さん" when saying or referring to your own name.

说自己名字的时候, 前面一般不说 "わたしは"。自己的名字后面不加 "さん"。

Khi tự giới thiệu, thông thường không nói " わたしは ". Ngoài ra, cũng không thêm " さん " vào sau tên mình hay tên của thành viên trong gia đình mình.

57 _____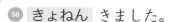*1 から きました。

_____ *kara kimashita.*

I am from _____.
我来自_____。
Tôi đến từ _____.

🔖 表紙裏「地図」

58 きょねん きました。

Kyonen *kimashita.*

I came **last year**.
我是去年来的。
Tôi đến đây vào **năm ngoái**.

🔖 P.28「カレンダー」

59 2023ねん 9 がつ に*2 きました。

Nisen nijuu san nen ku gatsu *ni kimashita.*

I came in **September 2023**.
我是2023年9月来的。
Tôi đến đây vào **tháng 9 năm 2023**.

🔖 P.28「カレンダー」

＊1 ：自分が前にいた場所・出身地
  Where you came from / the place you are from
  自己的原所在地・籍贯
  Nơi mình sinh ra hoặc nơi đã sinh sống trước đây
  国籍や国名だけでなく、地域や都市名、経由地なども入ります。
  Depending on the situation, you can say the name of your home country or whichever place you came from in the blank.
  除国籍、国名外，也包括地区、城市、所经地的名称等。
  Ngoài quốc tịch, tên nước, bạn có thể đề cập đến tên địa phương, thành phố hoặc nơi quá cảnh…
＊2 具体的な年、月、日、時には「に」が付きます。
  When saying a specific year, month, day, or time, use the postposition "に."
  在具体的年、月、时间后面要加"に"。
  Thêm " に " vào sau ngày, tháng, năm, thời gian cụ thể.

60 けんしゅうせい です。

Kenshuusee desu.

I am a **trainee**.
我是研修生。
Tôi là **tu nghiệp sinh**.

61 まえは がくせい でした。

Mae wa gakusee deshita.

I used to be **a student** before.
我以前是学生。
Trước đây tôi là **sinh viên**.

かいしゃいん

kaishain

company employee
公司职员
nhân viên công ty

エンジニア

enjinia

engineer
工程师
kỹ sư

しゅふ

shufu

housewife
家庭主妇
nội trợ

⟷ P.50「仕事など」

62 こうじょう で はたらいています。

Koojoo de hataraite imasu.

I work in **a factory**.
我在工厂工作。
Tôi đang làm việc tại **nhà máy**.

コンビニ

konbini

convenience store
24小时便利店
cửa hàng tiện ích

レストラン

resutoran

restaurant
餐厅
nhà hàng

かいしゃ

kaisha

company
公司
công ty

⟷ P.54「町の中」／ P.55「店」

63 スポーツ が すきです。

Supootsu ga suki desu.

I like **sports**.
我喜欢体育运动。
Tôi thích **thể thao**.

おんがく
ongaku
music
音乐
âm nhạc

りょこう
ryokoo
travel
旅行
du lịch

えいが
eega
movie
电影
phim

⟷ P.50 「好きなこと」

64 おとうと が います。

Otooto ga imasu.

I have **a younger brother**.
我有弟弟。
Tôi có **em trai**.

いもうと
imooto
younger sister
妹妹
em gái

あね
ane
older sister
姐姐
chị gái

あに
ani
older brother
哥哥
anh trai

⟷ P.51 「わたしの家族」

仕事など　Shigoto nado　Work, etc.／工作等／Công việc, v.v... 🎧 029

☐ アルバイト　*arubaito*
part-time job／打工／việc làm thêm

☐ エンジニア　*enjinia*
engineer／工程师／kỹ sư

☐ 会社員　*kaishain*
company employee／公司职员／nhân viên công ty

☐ 学生　*gakusee*
student／学生／sinh viên

☐ 教師　*kyooshi*
teacher／老师／giáo viên

☐ 研究者　*kenkyuusha*
researcher／研究人员／nhà nghiên cứu

☐ 研修生　*kenshuusee*
trainee／研修生／tu nghiệp sinh

☐ 主婦　*shufu*
housewife／家庭主妇／nội trợ

☐ 介護士　*kaigoshi*
careworker／看护者／người chăm sóc

☐ 看護師　*kangoshi*
nurse／护士／y tá

好きなこと　Sukina koto　Favorite Things／爱好／Sở thích 🎧 030

☐ 映画　*eega*
movie／电影／phim

☐ 音楽　*ongaku*
music／音乐／âm nhạc

☐ 買い物　*kaimono*
shopping／购物／mua sắm

☐ カラオケ　*karaoke*
karaoke／卡拉OK／karaoke

☐ 散歩　*sanpo*
a walk, a stroll／散步／đi dạo

☐ 読書　*dokusho*
reading／读书／đọc sách

☐ 旅行　*ryokoo*
travel／旅游／du lịch

☐ スポーツ　*supootsu*
sports／体育／thể thao

☐ ゴルフ　*gorufu*
golf／高尔夫／đánh gôn

☐ サイクリング　*saikuringu*
cycling／自行车旅行／đạp xe

☐ サッカー　*sakkaa*
soccer／足球／bóng đá

☐ テニス　*tenisu*
tennis／网球／tennis

☐ ハイキング　*haikingu*
hiking／郊游／đi bộ

☐ 野球　*yakyuu*
baseball／棒球／bóng chày

☐

☐

① 祖父 *sofu* ［おじいさん *ojiisan*］*
grandfather／祖父／ông

② 祖母 *sobo* ［おばあさん *obaasan*］*
grandmother／祖母／bà

③ 父 *chichi* ［おとうさん *otoosan*］*
father／父亲、爸爸／bố (ba)

④ 母 *haha* ［おかあさん *okaasan*］*
mother／母亲、妈妈／mẹ

⑤ 姉 *ane* ［おねえさん *oneesan*］*
older sister／姐姐／chị gái

⑥ 兄 *ani* ［おにいさん *oniisan*］*
older brother／哥哥／anh trai

⑦ 妹 *imooto*
younger sister／妹妹／em gái

⑧ 弟 *otooto*
younger brother／弟弟／em trai

⑨ 兄弟 *kyoodai*
sibling／兄弟姐妹／anh em trai

⑩ 夫／主人 *otto / shujin*
husband／丈夫／chồng, ông xã

⑪ 妻／家内 *tsuma / kanai*
wife／妻子、内人／vợ, bà xã

⑫ 娘 *musume*
daughter／女儿／con gái

⑬ 息子 *musuko*
son／儿子／con trai

⑭ 子供 *kodomo*
child／孩子／con

⑮ 孫 *mago*
grandchild／孙子／cháu

○

＊親しい人に家族の話をするときは、［　　］のような言い方をすることもあります。
You can use [　　] to talk about your family with people you are close to.
在和关系较亲密的朋友之间谈论自己家人的时候，也可以用［　　］中这样的说法。
Khi nói với người thân quen về gia đình mình, có thể sử dụng các cách nói như [　　].

4 町で
まち

Machi de

In Town
在街上
Trong thành phố

65 えきへ いきたいです。

Eki e ikitai desu.

I want to go to a/the **station**.
我想去车站。
Tôi muốn đi đến **nhà ga**.

ぎんこう

ginkoo

bank
银行
ngân hàng

びょういん

byooin

hospital
医院
bệnh viện

ゆうびんきょく

yuubinkyoku

post office
邮局
bưu điện

⟷ P.54「町の中」／ P.55「店」

66 ちずを かいてください。

Chizu o kaite kudasai.

Please draw me a map.
请给我画张地图。
Xin hãy vẽ bản đồ giúp tôi.

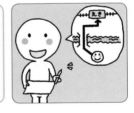

✎ P.56「移動」「道路」／ P.57「位置」

67 こうばん は どっちですか。

Kooban wa docchi desu ka.

Which way is the **police box**?

派出所在哪边?

Đồn cảnh sát ở đâu vậy?

↔ P.54「町の中」／ P.55「店」

68 あっち です。

Acchi desu.

That way.

那边。

Ở **đằng kia**.

● あっち	● こっち	● そっち
acchi	*kocchi*	*socchi*
that way (over there)	this way	that way
那边	这边	那边
đằng kia	đằng này	đằng đó

□ <ruby>駅<rt>えき</rt></ruby>　*eki*
station／车站／nhà ga

□ <ruby>公園<rt>こうえん</rt></ruby>　*kooen*
park／公园／công viên

□ タクシー<ruby>乗<rt>の</rt></ruby>り<ruby>場<rt>ば</rt></ruby>　*takushii noriba*
taxi stand／出租车乘车站／điểm đón xe taxi

□ バス<ruby>停<rt>てい</rt></ruby>／バス<ruby>乗<rt>の</rt></ruby>り<ruby>場<rt>ば</rt></ruby>
basutee / basu noriba
bus stop／公共汽车站／trạm xe buýt

□ <ruby>駐車場<rt>ちゅうしゃじょう</rt></ruby>　*chuushajoo*
parking lot／停车场／bãi đậu xe

□ トイレ／お<ruby>手洗<rt>てあら</rt></ruby>い　*toire / otearai*
toilet／厕所／toilet, nhà vệ sinh

□ アパート　*apaato*
apartment／公寓／chung cư

□ <ruby>家<rt>いえ</rt></ruby>／うち　*ie / uchi*
house／家、自己家／nhà

□ マンション　*manshon*
high-grade apartment／高级公寓／căn hộ cao cấp

□ <ruby>会社<rt>かいしゃ</rt></ruby>　*kaisha*
company／公司／công ty

□ <ruby>学校<rt>がっこう</rt></ruby>　*gakkoo*
school／学校／trường học

□ <ruby>銀行<rt>ぎんこう</rt></ruby>　*ginkoo*
bank／银行／ngân hàng

□ <ruby>警察署<rt>けいさつしょ</rt></ruby>　*keesatsusho*
police station／警察局／sở cảnh sát

□ <ruby>交番<rt>こうばん</rt></ruby>　*kooban*
police box／派出所／đồn cảnh sát

□ <ruby>公民館<rt>こうみんかん</rt></ruby>　*koominkan*
public hall／公民馆／nhà văn hóa công cộng

□ <ruby>市役所<rt>しやくしょ</rt></ruby>　*shi yakusho*
city office／市政府／cơ quan hành chính thành phố

□ <ruby>区役所<rt>くやくしょ</rt></ruby>　*ku yakusho*
ward office／区政府／cơ quan hành chính khu vực

□ <ruby>消防署<rt>しょうぼうしょ</rt></ruby>　*shooboosho*
fire station／消防局／cục phòng cháy chữa cháy

□ <ruby>大使館<rt>たいしかん</rt></ruby>　*taishikan*
embassy／大使馆／đại sứ quán

□ <ruby>図書館<rt>としょかん</rt></ruby>　*toshokan*
library／图书馆／thư viện

□ <ruby>博物館<rt>はくぶつかん</rt></ruby>　*hakubutsukan*
museum／博物馆／viện bảo tàng

□ <ruby>美術館<rt>びじゅつかん</rt></ruby>　*bijutsukan*
art museum／美术馆／bảo tàng mỹ thuật

□ <ruby>病院<rt>びょういん</rt></ruby>　*byooin*
hospital／医院／bệnh viện

□ <ruby>保健所<rt>ほけんじょ</rt></ruby>　*hokenjo*
public health center／保健所／trung tâm y tế

□ <ruby>郵便局<rt>ゆうびんきょく</rt></ruby>　*yuubinkyoku*
post office／邮局／bưu điện

□ <ruby>喫煙所<rt>きつえんじょ</rt></ruby>　*kitsuenjo*
smoking area／吸烟区／khu vực hút thuốc

□

□

□ コンビニ　*konbini*
convenience store／24小时便利店／cửa hàng tiện ích

□ スーパー　*suupaa*
supermarket／超市／siêu thị

□ デパート　*depaato*
department store／百货商店、百货大楼／
cửa hàng bách hóa tổng hợp

□ ドラッグストア　*doraggu sutoa*
drug store／（兼售简单饮食、日用百货的）药店／
nhà thuốc

□ <ruby>百円<rt>ひゃくえん</rt></ruby>ショップ　*hyakuen shoppu*
100 yen shop／百元店／cửa hàng 100 yên

□ コインランドリー　*koin randorii*
coin laundry／投币式洗衣房／
tiệm giặt công cộng dùng tiền xu

□ <ruby>居酒屋<rt>いざかや</rt></ruby>　*izakaya*
Japanese pub／酒馆儿／quán rượu

□ カフェ／<ruby>喫茶店<rt>きっさてん</rt></ruby>　*kafe / kissaten*
café／咖啡厅／quán cà phê

□ すし<ruby>屋<rt>や</rt></ruby>　*sushiya*
sushi restaurant／寿司店／quán cơm cuộn (sushi)

□ そば<ruby>屋<rt>や</rt></ruby>　*sobaya*
soba restaurant／荞麦面馆儿／quán mì soba

□ ラーメン<ruby>屋<rt>や</rt></ruby>　*raamen'ya*
ramen restaurant／拉面店／quán mì ramen

□ レストラン　*resutoran*
restaurant／餐厅／nhà hàng

□ クリーニング<ruby>屋<rt>や</rt></ruby>　*kuriininguya*
dry cleaner／洗衣店／tiệm giặt ủi

□ ケーキ<ruby>屋<rt>や</rt></ruby>　*keekiya*
cake shop／蛋糕店／tiệm bánh ngọt

□ <ruby>魚屋<rt>さかなや</rt></ruby>　*sakanaya*
fish store／鱼店／cửa hàng cá

□ <ruby>酒屋<rt>さかや</rt></ruby>　*sakaya*
liquor store／酒店／quán rượu

□ <ruby>肉屋<rt>にくや</rt></ruby>　*nikuya*
butcher (shop)／肉店／cửa hàng thịt

□ <ruby>花屋<rt>はなや</rt></ruby>　*hanaya*
flower shop／花店／cửa hàng hoa

□ パン<ruby>屋<rt>や</rt></ruby>　*pan'ya*
bakery／面包房／cửa hàng bánh mì

□ <ruby>不動産屋<rt>ふどうさんや</rt></ruby>　*fudoosan'ya*
real estate agency／租房介绍所／
văn phòng bất động sản

□ <ruby>本屋<rt>ほんや</rt></ruby>　*hon'ya*
bookstore／书店／nhà sách

□ やおや　*yaoya*
grocery store (fruit and vegetables)／蔬菜店／
cửa hàng rau

□ <ruby>薬局<rt>やっきょく</rt></ruby>／<ruby>薬屋<rt>くすりや</rt></ruby>　*yakkyoku / kusuriya*
pharmacy／药店／tiệm thuốc

□ ハンバーガー<ruby>屋<rt>や</rt></ruby>　*hanbaagaaya*
hamburger shop／汉堡店／cửa hàng hamburger

□

□

□ まっすぐ行きます
massugu ikimasu
go straight／一直走／
đi thẳng

□ 曲がります
magarimasu
turn／拐弯／
quẹo

□ わたります
watarimasu
cross the street/bridge／
过（桥、马路等）／
băng qua

□ 上ります　のぼ
noborimasu
go up／上(坡)／
đi lên

□ 下ります　*kudarimasu*　くだ
go down／上(坡)／đi xuống

□

□

□ 通り／道　とお／みち　*toori / michi*
street, road／大街、道路／đường

□ 高速道路　こうそくどうろ　*koosoku dooro*
expressway／高速公路／đường cao tốc

□ 角　かど　*kado*
corner／拐角儿／góc

□ 交差点　こうさてん　*koosaten*
intersection／十字路口／giao lộ

□ 信号　しんごう　*shingoo*
traffic light (signal)／红绿灯／đèn giao thông

□ つきあたり　*tsukiatari*
T-junction／（路的）尽头／cuối (phố)

□ 横断歩道　おうだんほどう　*oodan hodoo*
crosswalk／人行横道／vạch qua đường

□ 橋　はし　*hashi*
bridge／桥／cầu

□ 踏切　ふみきり　*fumikiri*
railroad crossing／（铁道和公路交叉的）道口／
nơi chắn tàu

□ 歩道橋　ほどうきょう　*hodookyoo*
pedestrian bridge／人行天桥／cầu vượt

□ 階段　かいだん　*kaidan*
stairs, steps／楼梯、台阶／cầu thang

□ 坂　さか　*saka*
slope／坡／con dốc

□

□ 右 *migi*
right／
右／
phải

□ 左 *hidari*
left／
左／
trái

□ 前 *mae*
(in) front／
前／
trước

□ 後ろ *ushiro*
behind／
后／
sau

□ 上 *ue*
above, on, up／
上／
trên

□ 下 *shita*
below, under, down／
下／
dưới

□ 先 *saki*
ahead／
前端／
phía trước

□ 手前 *temae*
this side／
跟前／
trước mặt

□ 向かい *mukai*
facing, other side／
对面／
phía bên kia

□ 隣 *tonari*
next to／
隔壁／
bên cạnh

□ そば *soba*
near／
旁边／
kế bên

□ 中 *naka*
inside, in／
里面、内部／
trong

□ 外 *soto*
outside／
外面、外部／
ngoài

□

5 乗り物

<ruby>乗<rt>の</rt></ruby>り<ruby>物<rt>もの</rt></ruby>

Norimono

Transportation
交通工具
Phương tiện giao thông

電車・バス

でんしゃ・バス

Densha, Basu
Trains and Buses ／电车、公共汽车／ Xe điện, xe buýt

🎧 038

---

69 よこはま^{*1} まで いくらですか。

Yokohama made ikura desu ka.

How much is it to **Yokohama**?
到横滨要多少钱?
Đi từ đây đến **Yokohama** hết bao nhiêu tiền?

✎ P.25「お金」

---

70 よこはま^{*1} は なんばんせんですか。

Yokohama wa nanbansen desu ka.

Which platform is it to **Yokohama**?
到横滨要坐几号线?
Tuyến số mấy đi đến **Yokohama**?

✎ P.61「ホーム」

---

71 よこはま^{*1} は いくつめ^{*2} ですか。

Yokohama wa ikutsume desu ka.

How many stops are there to **Yokohama**?
到横滨要坐几站?
Yokohama là trạm/ga thứ mấy ạ??

✎ P.30「いくつ」

＊1 ＿＿＿：目的駅　destination station ／目的站／ ga muốn đến
＊2 「いくつめ」は 「いくつ＋め」で「何番目」の意味です。
　　"いくつめ" is "いくつ＋め". It means "何番目 (for talking about order or ranking)." ／"いくつめ"是由"いくつ＋め"组成的,
　　意思是 "第几个（何番目）" ／ "いくつめ" là "いくつ＋め", có nghĩa là "何番目" (thứ mấy).

72 これは **よこはま** * へ いきますか。

*Kore wa **Yokohama** e ikimasu ka.*

Does this go to **Yokohama**?
这趟车去横滨吗？
Xe điện này đi đến **Yokohama** phải không?

73 **かいさつぐち** は どっちですか。

***Kaisatsuguchi** wa docchi desu ka.*

Which way is the **ticket gate**?
检票口在哪儿？
Cổng soát vé ở đâu？

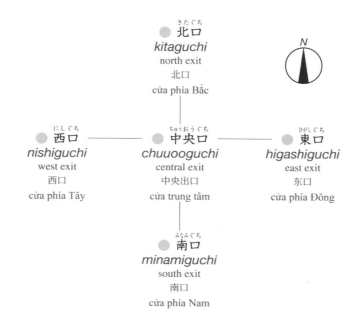

↔ P.61「駅」～ P.63「座席」 / P.53「あっち・こっち・そっち」

北口
kitaguchi
north exit
北口
cửa phía Bắc

N

西口
nishiguchi
west exit
西口
cửa phía Tây

中央口
chuuooguchi
central exit
中央出口
cửa trung tâm

東口
higashiguchi
east exit
东口
cửa phía Đông

南口
minamiguchi
south exit
南口
cửa phía Nam

* ▧▧▧▧：目的駅　destination station ／目的站／ ga muốn đến

74 よこはまえき ＊ まで おねがいします。

Yokohama eki made onegai shimasu.

Please go to **Yokohama Station**.
我要去横滨车站。
Xin hãy cho tôi đến **nhà ga Yokohama**.

75 ここで とめて ください。

Koko de tomete kudasai.

Please stop here.
请在这儿停（车）。
Dừng ở đây.

52 いくらですか。

Ikura desu ka.

How much is it?
多少钱?
Bao nhiêu tiền?

🔖 P.25「お金」／ P.45「たずねる」

＊ ▒▒▒▒ ：目的地　destination ／目的地／ điểm muốn đến

□ 改札口　*kaisatsuguchi*
ticket gate／检票口／cổng soát vé

□ 入口　*iriguchi*
entrance／入口／lối vào

□ 出口　*deguchi*
exit／出口／lối ra

□ 北口　*kitaguchi*
north exit／北口／cửa phía Bắc

□ 東口　*higashiguchi*
east exit／东口／cửa phía Đông

□ 南口　*minamiguchi*
south exit／南口／cửa phía Nam

□ 西口　*nishiguchi*
west exit／西口／cửa phía Tây

□ 連絡口　*renraku guchi*
connecting passageway/hallway／联络口／
nơi liên lạc

□ エスカレーター　*esukareetaa*
escalator／自动扶梯／thang cuốn

□ エレベーター　*erebeetaa*
elevator／电梯／thang máy

□ 階段　*kaidan*
stairs, steps／楼梯／台阶／cầu thang

□ 案内所　*annaijo*
information office／问讯处／nơi hướng dẫn

□ 駅事務室　*eki jimushitsu*
station office／车站乘务室／văn phòng của nhà ga

□ 切符売り場　*kippu uriba*
ticket office／售票处／quầy bán vé

□ 券売機　*kenbaiki*
ticket vending machine／售票机／máy bán vé

□ 時刻表　*jikoku hyoo*
timetable／时刻表／lịch tàu chạy

□ 精算機　*seesanki*
adjustment machine (train fare)／
补票机／máy tính tiền

□ 売店　*baiten*
stall／小卖店／quầy bán hàng

□ ホーム　*hoomu*
platform／月台、站台／sân ga

□ 窓口　*madoguchi*
window／窗口／quầy bán vé

□ ロッカー　*rokkaa*
locker／存放柜／tủ có khóa

□ トイレ／お手洗い／化粧室
toire / otearai / keshooshitsu
toilet, restroom／厕所、洗手间／toilet, nhà vệ sinh

□

□ 〜行き　*~iki*
bound for 〜／开往〜／đi …

□ 〜着　*~chaku*
arriving at 〜(time)／到达〜／đến …

□ ～発 ~hatsu
departing ～／～发车／xuất phát từ …

□ 到着 toochaku
arrival／到达／đến nơi

□ ～番線 ~bansen
track number ～／～号线／tuyến số …

□ 白線 hakusen
white line／白线／vạch trắng

□ ～方面 ~hoomen
head toward ～ (area/region)／～方向／phía …

□ 黄色い線 kiiroi sen
yellow line／黄线／vạch vàng

□ 出発 shuppatsu
departure／发车／xuất phát

□

電車　Densha　Train／电车／Xe điện　🎧 042

□ 各駅停車 kakueki teesha
local train／慢车／xe điện dừng ở các trạm

□ ～両目 ~ryoome
1st/2nd/3rd (etc.) car／第～节车厢／toa thứ …

□ 普通 futsuu
regular／普通／tàu thường

□ 禁煙車 kin'ensha
nonsmoking car／禁烟车厢／toa cấm hút thuốc

□ 快速 kaisoku
rapid／快速／tàu nhanh

□ グリーン車 guriinsha
first-class car／一等车、软座车／toa hạng nhất

□ 準急 junkyuu
semi-express／普通快车／tàu tốc hành thường

□ 普通車 futsuusha
standard car／普通列车／toa thông thường

□ 急行 kyuukoo
express／急行／tàu tốc hành

□ 上り nobori
up bound／上、上行／lên

□ 特急 tokkyuu
special express／特快／tàu tốc hành đặc biệt

□ 下り kudari
down bound／下、下行／xuống

□ 新幹線 shinkansen
bullet train／新干线／tàu siêu tốc (shinkansen)

□ 最終 saishuu
final train／末班车／cuối cùng

□ ～号 ~goo
number ～／～号／số …

□ 始発 shihatsu
first train／头班车／chuyến tàu đầu tiên

□ ～号車 ~goosha
car number ～／～号车厢／toa số …

□

座席（ざせき） Zaseki Seat／座位／Ghế ngồi 🎧 043

- 喫煙席（きつえんせき） *kitsuen seki*
  smoking seat／吸烟座位／chỗ ngồi được hút thuốc

- 禁煙席（きんえんせき） *kin'en seki*
  nonsmoking seat／禁烟座位／chỗ ngồi cấm hút thuốc

- 指定席（していせき） *shitee seki*
  reserved seat／对号座位／chỗ ngồi quy định

- 自由席（じゆうせき） *jiyuu seki*
  unreserved seat／散座／chỗ ngồi tự do

- 優先席（ゆうせんせき） *yuusen seki*
  priority seat／优先座位／ghế ưu tiên

-

電車の中（でんしゃのなか） Densha no naka Inside a Train／电车里／Trong xe điện 🎧 044

- あみだな *amidana*
  baggage rack／网架／giá để hành lý

- つりかわ *tsurikawa*
  strap／吊环／móc vịn tay

- 手すり（てすり） *tesuri*
  handrail／扶手／tay vịn

- ドア *doa*
  door／门／cửa

-

-

切符（きっぷ） Kippu Ticket／车票／Vé 🎧 045

- ＩＣカード（アイシー） *aishii kaado*
  IC card／IC卡／thẻ IC

- 乗車券（じょうしゃけん） *joosha ken*
  ticket／车票／vé xe

- グリーン券（けん） *guriin ken*
  green car (reserved, first-class) ticket／
  一等车或软座车的专用票／vé xanh (vé đã đặt chỗ,
  vé hạng nhất)

- 指定席券（していせきけん） *shiteeseki ken*
  reserved seat ticket／对号票／vé chỗ ngồi quy định

- 特急券（とっきゅうけん） *tokkyuu ken*
  limited express ticket／加急票／vé tàu tốc hành

- 回数券（かいすうけん） *kaisuu ken*
  pack of tickets／回数券／vé tập

- 周遊券（しゅうゆうけん） *shuuyuu ken*
  excursion/tour ticket／周游券／vé du lịch

- 定期券（ていきけん） *teeki ken*
  commuter pass／月票／vé tháng

- 精算（せいさん） *seesan*
  adjustment／补票／thanh toán

-

□ 運転再開　*unten saikai*
driving restart／恢复运行／lái tiếp

□ 運転中止　*unten chuushi*
driving discontinuance／停止运行／ngưng chạy

□ 運転見合わせ　*unten miawase*
driving postponement／暂停运行／trì hoãn vận hành

□ 折り返し運転　*orikaeshi unten*
shuttle service／来回运行／lái tàu quay ngược lại

□ 故障　*koshoo*
breakdown／故障／hư hỏng

□ 事故　*jiko*
accident／事故／sự cố, tai nạn

□ 人身事故　*jinshin jiko*
accident involving a person／人身事故／
tai nạn gây thương tích cho người

□ 不通　*futsuu*
out of service (train)／不通／bất thường

□

□ 自転車　*jitensha*
bicycle／自行车／xe đạp

□ オートバイ／バイク　*ootobai / baiku*
motorcycle／摩托车／xe mô tô / xe máy

□ バス　*basu*
bus／公共汽车、巴士／xe buýt

□ タクシー　*takushii*
taxi／出租车／taxi

□ 自動車／車　*jidoosha / kuruma*
car／汽车、车／xe ô tô / xe hơi

□ JR　*jei aaru*
Japan Railways／JR（日本铁路联盟）／hãng JR

□ 地下鉄　*chikatetsu*
subway, metro／地铁／xe điện ngầm

□ 電車　*densha*
train／电车／xe điện

□ 飛行機　*hikooki*
airplane／飞机／máy bay

□ モノレール　*monoreeru*
monorail／单轨电车／tàu điện trên không

□

□

☐ バス停　*basutee*
bus stop／公共汽车站／trạm xe buýt

☐ 運賃箱　*unchinbako*
fare box／车费箱／hộp cước phí

☐ 運転手　*untenshu*
driver／司机／tài xế

☐ 整理券　*seeri ken*
waiting ticket／整理券、排号券／phiếu số thứ tự

☐ ブザー　*buzaa*
buzzer／蜂鸣器／chuông báo

☐

---

* バスには「前乗り」（均一料金）と「後ろ乗り」があります。「前乗り」は乗る時に運転手のそばにある運賃箱にお金を入れます。降りたいバス停がアナウンスされたらブザーを押して、後ろから降ります。「後ろ乗り」は、乗るときにステップの右にある機械から整理券を取ります。降りるときは、前方上に表示される料金を整理券と一緒に運賃箱に入れて、前から降ります。

Both "front boarding" (flat rate) and "rear boarding" buses exist. When getting on a "front boarding" bus, you must pay the full fare at the machine next to the driver. After hearing the announcement for your stop, press the buzzer and get off the bus through the rear exit. On "rear boarding" buses, you get on at the back of the bus and take a ticket from the machine on the right side of the steps. When getting off the bus, check the fares posted above the windshield and put both the ticket and your money in the machine next to the driver before leaving through the front door.

乘坐公共汽车时，有"前门上车（统一票价）"和"后门上车"两种形式。"前门上车"时，往司机身旁的收费箱里投入钱即可。听到播放自己要下的站名后，按蜂鸣器通知司机，并从后门下车。"后门上车"时，须从车门左侧或右侧的机器里领取一张整理券，下车的时候，根据汽车前方所显示的金额付钱，并将整理券一同放入收费箱后，从前门下车。

Trên xe buýt có "Lên xe ở cửa trước" (phí như nhau) và "Lên xe ở cửa sau". Khi "Lên xe ở cửa trước" thì bỏ tiền vào hộp cước phí được đặt bên cạnh tài xế. Khi nghe thông báo về trạm xe buýt muốn xuống, nhấn chuông báo rồi xuống xe ở cửa sau. Khi "Lên xe ở cửa sau" thì phiếu số thứ tự từ máy đặt bên phải ở bậc cửa bước lên. Khi xuống xe, bỏ vé cùng với tiền cước được hiển thị ở phía trước trên đầu xe vào hộp cước phí rồi xuống ở cửa trước.

6 買い物

かいもの

Shopping
买东西
Mua sắm

---

76 **これ** ください。

Kore *kudasai.*

This one, please.
请给我这个。
Lấy cho tôi **cái này**.

● これ
kore
this one
这（个）
cái này

● それ
sore
that one
那（个）
cái đó

● あれ
are
that one over there
那（个）
cái kia

---

52 いくらですか。

Ikura desu ka.

How much is it?
多少钱?
Bao nhiêu tiền?

🔖 P.25「お金」／ P.45「たずねる」

77 シャンプー は どこですか。

Shanpuu wa doko desu ka.

Where is the **shampoo**?
洗发水在哪儿?
Dầu gội đầu để ở đâu?

はみがき

hamigaki

toothpaste
牙膏
kem đánh răng

せんざい

senzai

detergent
洗涤剂、洗衣粉
xà phòng giặt, bột giặt

でんち

denchi

battery
电池
pin

↔ P.69「日用品」～ P.75「コンビニ」、P.80「料理」～ P.81「デザート」

78 おおきい の ありますか。

Ookii no arimasu ka.

Do you have a **large** one?
有大一点儿的吗?
Có loại **lớn** không?

ちいさい

chiisai

small
小
nhỏ

ながい

nagai

long
长
dài

くろい

kuroi

black
黑
đen

↔ P.137「ようすを表すことば」

79 しゅうり おねがいします。

Shuuri onegai shimasu.

Repair (**fix**), please.
请修理一下。
Xin hãy **sửa** giúp tôi.

よやく
yoyaku
reservation
预约
đặt trước, hẹn trước

はいたつ
haitatsu
delivery
送、投递
giao hàng

こうかん
kookan
exchange
交换
trao đổi

コンビニで

Konbini de
At a Convenience Store ／在 24 小时便利店／ Ở cửa hàng tiện ích

🎧 050

80 これ おねがいします。

Kore onegai shimasu.

This one, please.
这个麻烦您一下。
Lấy cho tôi **cái này**.

しはらい
shiharai
payment
支付、付款
thanh toán

たくはいびん
takuhai bin
delivery service
送货上门
giao hàng tại nhà

ファックス
fakkusu
fax
传真
fax

⟺ P.75「コンビニ」

□ せっけん *sekken*
soap／肥皂、香皂／xà phòng

□ タオル *taoru*
towel／毛巾／khăn mặt

□ 歯ブラシ *haburashi*
toothbrush／牙刷／bàn chải đánh răng

□ 歯みがき *hamigaki*
toothpaste／牙膏／kem đánh răng

□ 化粧品 *keshoohin*
cosmetics／化妆品／mỹ phẩm

□ コンディショナー *kondishonaa*
conditioner／护发素／máy điều hòa

□ シャンプー *shanpuu*
shampoo／洗发水／dầu gội đầu

□ 洗剤 *senzai*
detergent／洗涤剂、洗衣粉／xà phòng giặt, bột giặt

□ ごみ袋 *gomibukuro*
trash bag／垃圾袋／túi rác

□ スポンジ *suponji*
sponge／海绵、（海绵的）洗碗布／miếng xốp

□ ティッシュ *tisshu*
tissue／（盒式）手纸、手抽纸／giấy ăn

□ トイレットペーパー *toiretto peepaa*
toilet paper／手纸／giấy vệ sinh

□ 糸 *ito*
thread／线／chỉ

□ 針 *hari*
needle／针／cây kim

□ 電池 *denchi*
battery／电池／pin

□ 消毒液 *shoodokueki*
antiseptic solution／消毒液／dung dịch khử trùng

肉など *Niku nado* Meat, etc.／肉类／Thịt, v.v… 🎧 **052**

□ 牛肉 *gyuu niku*
beef／牛肉／thịt bò

□ 鳥肉 *tori niku*
chicken／鸡肉／thịt gà

□ 豚肉 *buta niku*
pork／猪肉／thịt heo

□ マトン／ラム *maton / ramu*
mutton, lamb／羊肉／thịt cừu / thịt cừu con

□ ひき肉 *hikiniku*
minced meat／肉末、肉糜／thịt bằm

□ あいびき *aibiki*
mixed beef and pork minced meat／
牛、猪肉混合的肉末（肉糜）／
thịt bò và thịt lợn trộn lẫn băm nhỏ

□ ソーセージ *sooseeji*
sausage／香肠／lạp xưởng (xúc xích)

□ ハム *hamu*
ham／火腿／thịt xông khói

□

魚・貝など *Sakana, Kai nado* Seafood, etc. ／鱼、贝类／ Cá, sò, v.v... 🎧 053

□ 鮭 (さけ) *sake*
salmon／鲑鱼／cá hồi

□ のり *nori*
laver／海苔／rong biển

□ まぐろ *maguro*
tuna／金枪鱼／cá ngừ

□ わかめ *wakame*
soft seaweed／裙带菜／tảo biển

□ えび *ebi*
shrimp／虾／tôm

□

□ 貝 (かい) *kai*
shellfish／贝壳／sò

□

野菜 (やさい) *Yasai* Vegetables ／蔬菜／ Rau 🎧 054

□ キャベツ *kyabetsu*
cabbage／卷心菜／bắp cải

□ にんじん *ninjin*
carrot／胡萝卜／cà rốt

□ きゅうり *kyuuri*
cucumber／黄瓜／dưa leo

□ ほうれんそう *hoorensoo*
spinach／菠菜／cải bó xôi

□ じゃがいも *jagaimo*
potato／土豆、马铃薯／khoai tây

□ しょうが *shooga*
ginger／姜／gừng

□ 玉 (たま) ねぎ *tamanegi*
onion／洋葱／hành tây

□ にんにく *ninniku*
garlic／大蒜／tỏi

□ なす *nasu*
eggplant／茄子／cà tím

□

果物 (くだもの) *Kudamono* Fruits ／水果／ Trái cây 🎧 055

□ いちご *ichigo*
strawberry／草莓／dâu tây

□ みかん *mikan*
tangerine, mandarin orange／桔子／quýt

□ かき *kaki*
persimmon／柿子／quả hồng

□ りんご *ringo*
apple／苹果／táo

□ すいか *suika*
watermelon／西瓜／dưa hấu

□

米・豆など　*Kome, Mame nado*　Rice, Beans, etc. ／大米、大豆／ Gạo, đậu, v.v... 🎧 056

□ (お)米 *(o)kome*
rice ／大米／ gạo

□ (お)豆腐 *(o)toofu*
tofu ／豆腐／ đậu hũ

□ 小麦粉 *komugiko*
flour ／小麦粉／ bột mì

□ 納豆 *nattoo*
fermented soybeans ／纳豆／ đậu nành lên men

□ (お)餅 *(o)mochi*
rice cake ／年糕／ bánh dày

□

□ 豆 *mame*
bean ／大豆／ đậu

□

乳製品・卵　*Nyuuseehin, Tamago* 🎧 057
Dairy Products, Egg ／乳类制品、鸡蛋／ Sản phẩm bơ sữa, trứng

□ 牛乳 *gyuunyuu*
milk ／牛奶／ sữa

□ ヨーグルト *yooguruto*
yogurt ／酸奶／ sữa chua

□ チーズ *chiizu*
cheese ／奶酪／ pho mát

□ 卵 *tamago*
egg ／鸡蛋／ trứng

□ バター *bataa*
butter ／黄油／ bơ

□

お菓子　*Okashi*　Snacks ／点心／ Bánh kẹo 🎧 058

□ あめ／キャンディー *ame / kyandii*
candy ／糖块儿／ kẹo ngậm

□ ポテトチップス *poteto chippusu*
potato chips ／薯片／ khoai tây lát rán giòn

□ (お)せんべい *(o)senbee*
rice biscuit ／脆饼／ bánh gạo

□

□ (お)団子 *(o)dango*
dumpling (on a stick) ／江米团、米粉团／
bánh trôi

□

調味料 Choomiryoo Seasoning ／調味料／ Gia vị 🎧 059

□ こしょう *koshoo*
pepper／胡椒／tiêu

□ (お)酢 *(o)su*
vinegar／醋／giấm

□ (お)砂糖 *(o)satoo*
sugar／白糖、砂糖／đường

□ (お)みそ *(o)miso*
miso／（日式）大酱／đỗ tương

□ (お)塩 *(o)shio*
salt／盐／muối

□ 油 *abura*
oil／油、食用油／dầu

□ (お)しょうゆ *(o)shooyu*
soy sauce／酱油／xì dầu (nước tương)

□

食器 Shokki Tableware ／餐具／ Chén bát 🎧 060

□ (お)さら *(o)sara*
dish／盘子／đĩa

□ スプーン *supuun*
spoon／汤勺、勺子／thìa

□ (お)茶わん *(o)chawan*
rice bowl／碗、茶杯／bát

□ フォーク *fooku*
fork／叉子／nĩa

□ (お)はし *(o)hashi*
chopsticks／筷子／đũa

□

□ コップ *koppu*
cup／杯子／ly

□

調理器具 Choori kigu Cooking Utensils ／炊具／ Dụng cụ nấu nướng 🎧 061

□ (お)なべ *(o)nabe*
pot／锅／nồi

□ やかん *yakan*
kettle, teakettle／水壶、铁壶／ấm đun nước

□ フライパン *furaipan*
frying pan／平底锅／chảo

□ ざる *zaru*
strainer／笊篱／cái rổ

□ 包丁 *hoochoo*
kitchen knife／菜刀／dao

□ おたま *otama*
ladle／勺子、汤勺／cái muôi, cái vá

□ まな板 *manaita*
cutting board／菜板／thớt

□

電気製品

でんきせいひん
電気製品 *Denki seehin* Electrical Appliances／电器产品／Hàng điện tử 🎧 062

すいはんき
□ 炊飯器 *suihanki*
rice cooker／电饭锅／nồi cơm điện

□ エアコン *eakon*
air conditioner／空调／máy điều hòa

でんし
□ 電子レンジ *denshi renji*
microwave／微波炉／lò vi ba

□ ストーブ *sutoobu*
stove／火炉／lò sưởi

□ トースター *toosutaa*
toaster／烤炉／lò nướng điện

せんぷうき
□ 扇風機 *senpuuki*
electric fan／电扇／quạt máy

れいぞうこ
□ 冷蔵庫 *reezooko*
refrigerator／冰箱／tủ lạnh

□ パソコン *pasokon*
personal computer／电脑／máy vi tính

せんたくき
□ 洗濯機 *sentakuki*
washing machine／洗衣机／máy giặt

□ スマートフォン／スマホ
sumaatofon / sumaho
smartphone／手机／điện thoại thông minh

そうじき
□ 掃除機 *soojiki*
vacuum cleaner／吸尘器／máy hút bụi

ようふく
洋服など *Yoofuku nado* Clothes, etc.／衣服类／Quần áo, v.v… 🎧 063

うわぎ
□ 上着／ジャケット *uwagi / jaketto*
jacket／上衣／áo vét / áo khoác

□ スカート *sukaato*
skirt／裙子／váy

□ コート *kooto*
coat／大衣／áo choàng

□ ズボン／パンツ* *zubon / pantsu*
slacks, trousers, pants／裤子、裤衩、内裤／
quần dài / quần sooc

せびろ
□ 背広／スーツ *sebiro / suutsu*
suit／（男子穿的）普通西服、套装、西服／
Bộ com-lê / Bộ vét

くつした
□ 靴下／ソックス *kutsushita / sokkusu*
socks／袜子、短袜／tất / vớ

□ シャツ* *shatsu*
shirt／衬衫／áo sơ mi

□ ストッキング *sutokkingu*
stockings／长筒袜／tất dài, tất liền quần

□ セーター *seetaa*
sweater／毛衣／áo len

くつ
□ 靴 *kutsu*
shoes／鞋／giày

したぎ
□ 下着 *shitagi*
underwear／内衣、衬衣／quần áo lót

□ アクセサリー *akusesarii*
accessories／装饰用品／đồ trang sức

＊「シャツ」「パンツ」は下着にもあります。 "シャツ" and "パンツ" can also refer to underwear. ／"シャツ"、"パ
ンツ" 也有内衣裤的意思。／ " シャツ " và " パンツ " cũng thuộc dạng quần áo lót.

□ ネクタイ *nekutai*
necktie／领带／cà vạt

| 身の周りの物 | *Mi no mawari no mono* Personal Belongings ／
日常生活起居类用品／ Những đồ vật xung quanh chúng ta | 064 |

□ 鍵 *kagi*
key／钥匙／chìa khóa

□ かさ *kasa*
umbrella／伞／cây dù

□ かばん *kaban*
bag／提包／cái cặp

□ 携帯（電話） *keetai (denwa)*
cell/mobile phone／手机／(điện thoại) di động

□ 時計 *tokee*
watch／表、钟表／đồng hồ

□ めがね *megane*
glasses／眼镜／mắt kính

□

□

| 本など | *Hon nado* Books, etc. ／书类／ Sách vở, v.v… | 065 |

□ 雑誌 *zasshi*
magazine／杂志／tạp chí

□ 新聞 *shinbun*
newspaper／报纸／báo

□ 辞書 *jisho*
dictionary／辞典／từ điển

□

| 文房具 | *Bunboogu* Stationery ／文具／ Văn phòng phẩm | 066 |

□ 鉛筆 *enpitsu*
pencil／铅笔／bút chì

□ 消しゴム *keshigomu*
eraser／橡皮／cục tẩy (gôm)

□ ボールペン *boorupen*
ballpoint pen／圆珠笔／bút bi

□ ノート *nooto*
notebook／笔记／quyển vở (tập)

□ のり *nori*
glue／胶水、浆糊／hồ dán (keo)

□ はさみ *hasami*
scissors／剪刀／cây kéo

□ ホッチキス *hocchikisu*
stapler／订书器／đồ bấm giấy

□

家具【か ぐ】 *Kagu* Furniture／家具／Đồ đạc trong nhà 🎧 067

- □ いす *isu*
  chair／椅子／cái ghế

- □ カーテン *kaaten*
  curtain／窗帘／rèm cửa

- □ 机【つくえ】 *tsukue*
  desk／桌子／cái bàn

- □ ベッド *beddo*
  bed／床／cái giường

- □ 本だな【ほん】 *hondana*
  bookshelf／书架／tủ sách (kệ sách)

- □

ふとんなど *Futon nado* Futon, etc.／被子类／Nệm, chăn, v.v… 🎧 068

- □ ふとん *futon*
  futon／被子／nệm, chăn

- □ まくら *makura*
  pillow／枕头／cái gối

- □ 毛布【もう ふ】 *moofu*
  blanket／毛毯／cái chăn

- □

コンビニ* *Konbini* Convenience Store／24 小时便利店／Cửa hàng tiện ích 🎧 069

- □ ＡＴＭ【エーティーエム】 *eetiiemu*
  ATM／自动取款机／máy rút tiền tự động

- □ コピー *kopii*
  copy／复印／photocopy

- □ 支払い【し はら】 *shiharai*
  payment／支付、付款／thanh toán

- □ 宅配便【たく はい びん】 *takuhai bin*
  delivery service／送货上门／giao hàng tại nhà

- □ チケット予約【よ やく】 *chiketto yoyaku*
  ticket reservation／订票／đặt vé trước

- □ チケット購入【こうにゅう】 *chiketto koonyuu*
  buying tickets／购票／mua vé

- □ ファックス *fakkusu*
  fax／传真／fax

- □

＊ 店の人のことば【みせ ひと】 Store worker phrases／店员用语／ngôn ngữ của người bán hàng
「おはし、いりますか。」 *Ohashi irimasu ka.*
Do you need chopsticks?／您需要筷子吗？／Có cần đũa không?
「あたためますか。」 *Atatamemasu ka.*
Would you like me to heat it up for you?／您需要加热吗？／Có cần hâm nóng lên không?

7 しょく じ 食事
Shokuji

Meals
用餐
Ăn uống

レストラン

Resutoran
Restaurant ／餐馆儿／ Nhà hàng

🎧 070

81 きんえんせき おねがいします。

Kin'en seki onegai shimasu.

Non smoking seat, please.
我要禁烟座位。
Xin cho tôi **ngồi ở khu không hút thuốc**.

きつえんせき

kitsuen seki

smoking seat
吸烟座位
chỗ ngồi được
hút thuốc

まどがわ

madogawa

window seat
挨着窗户
phía cửa sổ

よにん ⟷ P.30「何人」

yo nin

four people
4个人
4 người

82 ハンバーグ と パン おねがいします。

Hanbaagu to pan onegai shimasu.

Hamburger steak and **bread**, please.
我要汉堡和面包。
Lấy cho tôi **bánh mì** và **hamburger**.

メニュー

menyuu

menu
菜单、菜谱
menu (thực đơn)

サラダ

sarada

salad
色拉、沙拉
rau trộn

こうちゃ

koocha

English tea
红茶
hồng trà

⟷ P.80「料理」～P.81「デザート」

83 これは なんですか。

Kore wa nan desu ka.

What is this?
这是什么?
Đây là cái gì?

84 ぶたにく は たべられません。

***Buta niku** wa taberaremasen.*

I cannot eat **pork**.
我不能吃猪肉。
Tôi không ăn được **thịt heo**.

ぎゅうにく
gyuu niku
beef
牛肉
thịt bò

たまご
tamago
egg
鸡蛋
trứng

なっとう
nattoo
fermented
soybeans
纳豆
đậu nành lên men

↔ P.69「肉など」〜P.71「お菓子」

85 ぎゅうにゅう は のめません。

***Gyuunyuu** wa nomemasen.*

I cannot drink **milk**.
我不能喝牛奶。
Tôi không uống được **sữa**.

ビール
biiru
beer
啤酒
bia

コーヒー
koohii
coffee
咖啡
cà phê

コーラ
koora
coke
可乐
coca cola

↔ P.81「飲み物」

86 スプーン を とって ください。

***Supuun* o totte kudasai.**

Will you pass me a **spoon**?
请给我汤勺。
Lấy cho tôi cái **thìa**.

（お）さら
(o)sara
dish
盘子
đĩa

コップ
koppu
cup
杯子
ly

（お）しょうゆ
(o)shooyu
soy source
酱油
xì dầu (nước tương)

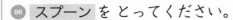

↔ P.72「調味料」「食器」

---

87 おいしい です。

***Oishii* desu.**

It is **delicious**.
好吃（好喝。）
Ngon quá!

すき
suki
like
喜欢
thích

あまい
amai
sweet
甜
ngọt

からい
karai
spicy
辣
cay

↔ P.137「ようすを表すことば」

---

88 **りょうりのなまえ** を おしえてください。

Ryoori no namae o oshiete kudasai.

Please tell me **the name of the food/dish**?
请告诉我这道菜的名字。
Xin vui lòng cho tôi biết **tên của món ăn**.

ざいりょう
zairyoo
ingredient
材料、原料
nguyên liệu

ちょうみりょう
choomiryoo
seasoning
调味料
gia vị

ぶんりょう
bunryoo
quantity
分量、数量
phần

🔖 P.80「料理」～P.81「デザート」／P.72「調味料」

---

89 どうやって **たべます** か。

*Dooyatte **tabemasu** ka.*

How do you **eat**?
怎么吃?
Ăn như thế nào?

つくります
tsukurimasu
cook
做
nấu

のみます
nomimasu
drink
喝
uống

つかいます
tsukaimasu
use
使用
sử dụng

↔ P.135「料理」 🔖 P.72「食器」～P.73「電気製品」

□ （お）弁当 ^{べんとう} *(o)bentoo*
bag lunch／盒饭、便当／cơm hộp

□ 定食 ^{ていしょく} *teeshoku*
set meal／套餐、份儿饭／cơm phần

□ ランチ *ranchi*
lunch／午餐、便餐／bữa ăn trưa

□ ごはん／ライス *gohan / raisu*
rice／米饭／cơm / gạo

□ パン *pan*
bread／面包／bánh mì

□ うどん *udon*
wheat noodle／日式切面、乌冬面／mì Udon

□ そば *soba*
buckwheat noodle／荞麦面／mì Soba

□ 牛丼 ^{ぎゅうどん} *gyuudon*
a bowl of rice topped with beef／牛肉盖饭／cơm thịt bò

□ （お）刺し身 ^{さし} *(o)sashimi*
slices of raw fish／生鱼片／cá sống

□ すきやき *sukiyaki*
sukiyaki／日式牛肉火锅、鸡素烧／lẩu sukiyaki

□ （お）寿司 ^{すし} *(o)sushi*
sushi／寿司／cơm cuộn (sushi)

□ 天ぷら ^{てん} *tenpura*
tempura／天麸罗／các món lăn bột chiên

□ 焼き鳥 ^や^{とり} *yakitori*
skewered grilled chicken／烤鸡串／gà nướng

□ ビビンバ *bibinba*
(Korean) rice mixed with seasoned vegetables／
朝鲜拌饭／cơm trộn kiểu Hàn Quốc

□ 焼き肉 ^や^{にく} *yakiniku*
grilled meat／烤肉／thịt nướng

□ ぎょうざ *gyooza*
dumpling／饺子／há cảo

□ チャーハン *chaahan*
fried rice／炒饭／cơm chiên, cơm rang

□ ラーメン *raamen*
Chinese noodle／拉面／mì

□ オムレツ *omuretsu*
omelet／蛋包饭、菜肉蛋卷／trứng ốp-lết

□ カレーライス *karee raisu*
curried rice／咖喱饭／cơm cà ri

□ サンドイッチ *sandoicchi*
sandwich／三明治／sandwich

□ スパゲティ *supageti*
spaghetti／意大利面条／mỳ Ý

□ ハンバーグ *hanbaagu*
hamburger／汉堡／hamburger

□ ピザ *piza*
pizza／比萨饼／pizza

□ サラダ *sarada*
salad／色拉、沙拉／rau trộn

□ スープ *suupu*
soup／汤／súp

□

□

飲み物 (の)(もの)　*Nomimono*　Drinks ／饮料／ Thức uống 🎧 073

□ (お)水(みず) *(o)mizu*
water ／水／ nước

□ ウーロン茶(ちゃ) *uuroncha*
oolong tea ／乌龙茶／ trà Ô long

□ お茶(ちゃ)／緑茶(りょくちゃ) *ocha / ryokucha*
green tea ／茶/绿茶／ trà xanh

□ 牛乳(ぎゅうにゅう)／ミルク *gyuunyuu / miruku*
milk ／牛奶／ sữa

□ 紅茶(こうちゃ) *koocha*
English tea ／红茶／ hồng trà

□ コーヒー *koohii*
coffee ／咖啡／ cà phê

□ コーラ *koora*
coke ／可乐／ coca cola

□ ジュース *juusu*
juice ／果汁／ nước trái cây

□ (お)酒(さけ) *(o)sake*
alcohol ／酒／ rượu

□ 日本酒(にほんしゅ) *nihonshu*
Japanese alcohol "sake" ／日本酒／ rượu của Nhật

□ ビール *biiru*
beer ／啤酒／ bia

□ ワイン *wain*
wine ／葡萄酒／ rượu vang

□

□

デザート　*Dezaato*　Dessert ／甜点／ Món tráng miệng 🎧 074

□ アイスクリーム *aisu kuriimu*
ice cream ／冰激淋／ kem

□ ケーキ *keeki*
cake ／蛋糕／ bánh ngọt

□ シャーベット *shaabetto*
sorbet ／果子露冰激淋、雪葩／ kem sorbet

□ あんみつ *anmitsu*
gelatin mixed with *an* and other ingredients ／
豆沙水果甜点／ chè đặc

□

郵便局・銀行
ゆうびんきょく・ぎんこう

Yuubinkyoku, Ginkoo

Post Office and Bank
邮局、银行
Bưu điện, Ngân hàng

郵便局
ゆうびんきょく

Yuubinkyoku
Post Office ／邮局／ Bưu điện

🎧 075

---

90 ふなびん で おねがいします。

Funabin de onegai shimasu.

By **sea mail**, please.
我想用海运。
Cho tôi gửi bằng **đường biển**.

こうくうびん
kookuu bin
air mail
航空邮件
gửi bằng đường
hàng không

そくたつ
sokutatsu
express delivery
快递、快件
chuyển phát nhanh

かきとめ
kakitome
registered mail
挂号信
gửi đảm bảo

↔ P.84「郵便」

---

91 いつ つきますか。

Itsu tsukimasu ka.

When will it arrive?
什么时候到?
Khi nào đến?

🔖 P.28「カレンダー」

郵便局や銀行などでは、「整理券」を発行する機械があります。入ったら、まず整理券を取り、番号が呼ばれるまで待ちます。

Many places, such as post offices and banks, have a ticket machine from which you should take a numbered ticket and wait for your number to be called.

邮局、银行等设有"排号机"，进去后先领一张整理券，等被叫到号后，才能开始办理各类手续。

Ở các bưu điện và ngân hàng đều có máy phát "số thứ tự". Nếu vào những nơi này, bạn phải lấy số thứ tự và chờ cho đến khi số của mình được gọi.

92 はがき *1　３まい *2　ください。

***Hagaki san mai** kudasai.*

Three postcards, please.
我要3张明信片。
Lấy cho tôi **3 tấm bưu thiếp**.

きって

kitte

stamp
邮票
tem

きねんきって

kinen kitte

memorial stamp
纪念邮票
tem kỷ niệm

こうくうしょかん

kookuu shokan

aerogram
航空信
thư hàng không

⇔ P.84「はがきなど」／P.30「何まい」

ぎんこう
銀行　　　*Ginkoo*
Bank ／银行／ Ngân hàng　　　🎧 076

---

93 りょうがえ おねがいします。

***Ryoogae** onegai shimasu.*

Please **exchange** this.
我想兑换钱。
Cho tôi **đổi tiền**.

ふりこみ

furikomi

money transfer
汇款
chuyển khoản

こうざかいせつ

kooza kaisetsu

opening an account
开账号
mở tài khoản

あたらしいつうちょう

atarashii tsuuchoo

new bank book
新存折
sổ ngân hàng mới

⇔ P.85「銀行（1）」

＊1　　　　　：買いたいもの　things one wants to buy ／想买的东西／ Những đồ vật muốn mua
＊2　　　　　：数量　quantity ／数量／ Số lượng

- □ レターパック*¹ *retaa pakku*
  LETTER-PACK／特惠邮件／Letter-Pack

- □ 書留 *kakitome*　かきとめ
  registered mail／挂号信／gửi đảm bảo

- □ 現金書留*² *genkin kakitome*　げんきんかきとめ
  registered letter for sending money／
  现金挂号信／gửi tiền bảo đảm

- □ 速達 *sokutatsu*　そくたつ
  express delivery／快递、快件／chuyển phát nhanh

- □ 船便 *funabin*　ふなびん
  sea mail／海运、船运／đường biển

- □ 航空便 *kookuu bin*　こうくうびん
  air mail／航空邮件／gửi bằng đường hàng không

- □ 国際小包 *kokusai kozutsumi*　こくさいこづつみ
  international package／国际包裹／bưu kiện quốc tế

- □ EMS*³ *ii emu esu*
  Express Mail Service／国际邮件特快专递／
  EMS

- □ SAL便*⁴ *sarubin*　びん
  economy air mail／经济航空包裹／gửi bằng SAL

- □

- □ 切手 *kitte*　きって
  stamp／邮票／tem

- □ 航空書簡 *kookuu shokan*　こうくうしょかん
  aerogram／航空信／thư hàng không

- □ はがき *hagaki*
  postcard／明信片／bưu thiếp

- □

---

*1 専用封筒に入れてポストから投函できます。
You can send anything in a special envelope. ／邮寄时，须装入专用信封。／ Bạn có thể bỏ vào phong bì chuyên dụng và gửi đi từ các thùng thư.

*2 専用封筒に現金を入れて送ることができますが、郵便局からしか送れません。金額によって料金が違います。
It is possible to send a special registered envelope with cash in it, but this can only be done from a post office. The postage varies depending on the amount of cash sent. ／现金要用专用信封邮寄，而且只能通过邮局寄送。另外，根据汇款金额不同，手续费也不同。／ Bạn có thể gửi tiền mặt bằng phong bì chuyên dụng, nhưng chỉ được gửi từ bưu điện. Cước phí khác nhau tùy theo số tiền gửi đi.

*3 国際エクスプレスメール。一番速い国際航空郵便。
Express Mail Service. The fastest international air mail service. ／国际邮件特快专递。这是最快的一种国际空邮方式。／ Chuyển phát nhanh quốc tế. Gửi bằng đường hàng không quốc tế nhanh nhất.

*4 エコノミー航空便。普通の航空便より遅いですが、船便より速く着きます。EMSより安いです。
Economy air mail. Slower than regular air mail, but faster than sea mail. It is cheaper than EMS. ／经济航空包件。比普通的航空邮件要慢，但比海运要快。邮资比 EMS 便宜。／ Gửi đường hàng không hạng phổ thông. Gửi bằng cách này sẽ chậm hơn gửi bằng đường hàng không thông thường, nhưng sẽ đến nhanh hơn gửi bằng đường tàu biển. Và cũng rẻ hơn EMS.

□ 残高照会 *zandaka shookai*
balance inquiry／查对余额／đối chiếu số dư

□ 支払い *shiharai*
payment／支付、付款／thanh toán

□ 送金 *sookin*
remittance／汇钱、寄钱／chuyển tiền

□ 口座開設 *kooza kaisetsu*
opening an account／开账号／mở tài khoản

□ 口座振替 *kooza furikae*
account transfer／转账／chuyển khoản

□ 入金 *nyuukin*
deposit／入款、进款／nạp tiền

□ 引き出し *hikidashi*
withdrawal／取（钱）／rút (tiền)

□ 振り込み *furikomi*
money transfer／汇款／chuyển khoản

□ 預金 *yokin*
deposit／存款、储蓄／tiền gửi

□ 両替 *ryoogae*
exchange／兑换、换钱／đổi tiền

□

□ 暗証番号* *anshoo bangoo*
pin number／密码／mật khẩu

□ キャッシュカード* *kyasshu kaado*
cash card／现金卡／thẻ rút tiền

□ 銀行印 *ginkooin*
stamp used for your bank account／
银行用章／con dấu ngân hàng

□ 口座番号 *kooza bangoo*
account number／账户、账号／số tài khoản

□ 通帳 *tsuuchoo*
bank book／存折／sổ ngân hàng

□ 振込先 *furikomi saki*
payee's bank account／汇款地址／bên/người
nhận tiền

□ 預金種目 *yokin shumoku*
type of bank account／存钱项目／loại tiền gửi

□

* キャッシュカードの暗証番号は、安全のため、自分の生年月日や住所などではなく、ほかの人にわかり
にくいものにしましょう。
When choosing a pin number for your cash card, it is safest to choose something that will be difficult for another person to
guess. Your birthday and address are not safe choices.
为了安全起见，现金卡的密码请不要用自己的生日、地址来设定。以防被窃用。
Để đảm bảo an toàn, bạn không nên chọn mật mã thẻ rút tiền là ngày tháng năm sinh, hay địa chỉ của mình, v.v... Hãy
chọn con số nào mà người khác khó có thể biết được.

9 <ruby>学校<rt>がっこう</rt></ruby>
Gakkoo

School
学校
Trường học

---

94 ひらがな は だいじょうぶです。

Hiragana wa daijoobu desu.

I can read/write **hiragana**.
平假名的话，没有问题。
Chữ **Hiragana** thì không có vấn đề gì cả.

---

95 かんじ は だめです。

Kanji wa dame desu.

I can't read/write **kanji**.
我不会汉字。
Chữ **Hán** thì không biết.

カタカナ

katakana

katakana
片假名
katakana

かいわ

kaiwa

conversation
会话
hội thoại /
nói chuyện

（お）はし

(o)hashi

chopsticks
筷子
đũa

p.92 「マイノート」

---

94 ～ **99** 保護者が子供について言う場合も、同じフレーズが使えます。
Parents can also use these phrases.
无论是监护人还是说话者本人，在日语中的表达都是相同的。
Cũng có thể sử dụng các câu trên khi các phụ huynh nói về con mình.

96 **え** が とくいです。

***E** ga tokui desu.*

I'm good at **drawing**.
我擅长绘画。
Tôi có khiếu vẽ **tranh**.

97 **はっぴょう** が にがてです。

***Happyoo** ga nigate desu.*

I'm not good at **public speaking**.
我不擅长发表。
Tôi không giỏi **phát biểu** trước đông người.

パソコン

pasokon

personal
computer
电脑／máy vi tính

おんがく

ongaku

music
音乐
âm nhạc

さくぶん

sakubun

composition,
writing
作文／tập làm văn

すいえい

suiee

swimming
游泳
bơi lội

たいいく

taiiku

physical
education
体育／thể dục

けいさん

keesan

calculation
计算
tính toán

⟺ P.50「好きなこと」／ P.89「授業科目」

98 きょう けっせき します。

*Kyoo **kesseki** shimasu.*

I'll be **absent** today.
我今天缺席。
Hôm nay tôi **vắng mặt**.

そうたい
sootai
leaving early
早退
về sớm

ちこく
chikoku
late
迟到
đến muộn (trễ)

けんがく
kengaku
watching PE class
参观／dự giờ

⟸ P.89「出欠席」

99 びょうき です。

***Byooki** desu.*

I'm **sick**.
生病了。
Bị **bệnh**.

かぜ
kaze
cold
感冒
cảm

けが
kega
injury
伤，受伤
vết thương

にゅうかん *
nyuukan
Immigration Bureau
出入境管理
cục quản lý xuất nhập cảnh

🖊 P.98「症状（1）」～ P.100「病気など」／ P.117「入国管理局」

＊「にゅうかん」は「入国管理局」を略した言い方で、一般的によく使われます。
" 入国管理局 " is often shortened to " にゅうかん."
"にゅうかん" 是 "入国管理局" 的简称。
" にゅうかん " là từ viết tắt được sử dụng một cách thông dụng để chỉ " 入国管理局 "

授業科目 （じゅぎょうかもく） *Jugyoo kamoku* School Subjects／学科科目／Môn học 🎧 082

□ 国語（こくご） *kokugo*
national language／语文／môn quốc ngữ (môn tiếng Nhật)

□ 算数（さんすう） *sansuu*
arithmetic／算数／môn số học

□ 数学（すうがく） *suugaku*
mathematics／数学／môn toán

□ 社会（しゃかい） *shakai*
social studies／社会／môn xã hội

□ 理科（りか） *rika*
science／理科／môn khoa học tự nhiên

□ 英語（えいご） *eego*
English／英语／môn tiếng Anh

□ 音楽（おんがく） *ongaku*
music／音乐／môn âm nhạc

□ 技術・家庭（ぎじゅつ・かてい） *gijutsu katee*
technology and home economics／技术、家庭／
môn Kỹ thuật - Nữ công gia chánh

□ 図工（ずこう） *zukoo*
art (primary school)／图画和手工／môn thủ công

□ 美術（びじゅつ） *bijutsu*
art (secondary school)／美术／môn mỹ thuật

□ 体育（たいいく） *taiiku*
physical education／体育／môn thể dục

□

出欠席 （しゅっけっせき） *Shukkesseki* Attending/Absent from School／出席、缺席／Vắng mặt 🎧 083

□ 出席（しゅっせき） *shusseki*
attendance／出席／có mặt

□ 欠席（けっせき） *kesseki*
absence／缺席／vắng mặt

□ 見学（けんがく） *kengaku*
watching PE class／参观／dự giờ

□ 早退（そうたい） *sootai*
leaving early／早退／về sớm

□ 遅刻（ちこく） *chikoku*
late／迟到／đến muộn (trễ)

□

持ち物 （もちもの） *Mochimono* School Supplies／携帯物品／Vật mang theo 🎧 084

□ うわばき *uwabaki*
indoor shoes／室内用鞋／dép mang trong nhà

□ 制服（せいふく） *seefuku*
uniform／制服／đồng phục

□ 名札（なふだ） *nafuda*
name tag／姓名牌、姓名卡／bảng tên

□ バッジ *bajji*
badge／徽章／phù hiệu

□ 帽子（ぼうし） *booshi*
hat／帽子／cái nón / mũ

□ ランドセル *randoseru*
satchel／(小学生用的) 双背带书包／ba lô, cặp học sinh

□ 教科書 *kyookasho*
textbook／教科书、课本／sách giáo khoa

□ 体操服／体育着 *taisoo fuku / taiikugi*
exercise clothes, gym wear／运动服／quần áo thể dục

□ ノート *nooto*
notebook／笔记／quyển vở (tập)

□ マスク *masuku*
mask／口罩／khẩu trang

□ ぞうきん *zookin*
dustcloth, rag／抹布／giẻ lau

□

□ 教室 *kyooshitsu*
classroom／教室／lớp học

□ ろうか *rooka*
corridor／走廊、楼道／hành lang

□ 職員室 *shokuinshitsu*
staff room／教员室／phòng giáo viên

□ 校庭 *kootee*
schoolyard／校园／sân trường

□ 体育館 *taiikukan*
gym／体育馆／phòng tập thể dục

□ プール *puuru*
pool／游泳池／bể bơi

□ 保健室 *hokenshitsu*
health room／保健室／phòng y tế

□

□ トイレ／お手洗い *toire / otearai*
toilet／厕所、洗手间／toilet, nhà vệ sinh

□

□ 先生 *sensee*
teacher／老师／giáo viên

□ ～学期 ～*gakki*
semester／～学期／học kỳ …

□ 校長 *koochoo*
principal／校长／hiệu trưởng

□ 時間割 *jikanwari*
schedule／时间表、课程表／thời gian biểu

□ 担任 *tannin*
homeroom teacher／担任、担当、班主任／
giáo viên chủ nhiệm

□ ～時間目 ～*jikanme*
1st/2nd (etc.) period／～课时／tiết …

□ 学年 *gakunen*
school year／学年／khóa, niên học

□ 休み時間 *yasumi jikan*
break/resting time／休息时间／giờ giải lao

□ 組／クラス *kumi / kurasu*
class／班／tổ／lớp

□ 給食 *kyuushoku*
school lunch／学校包饭／cơm suất ở trường

□ 放課後 *hookago*
after school／放学后／sau giờ học

□ クラブ活動 *kurabu katsudoo*
club activities／俱乐部活动／hoạt động câu lạc bộ

□ 部活(動) *bukatsu(doo)*
club activities／课外活动／hoạt động nhóm, câu lạc bộ

□ 給食当番 *kyuushoku tooban*
lunch duty／伙食值生／trực cấp cơm suất ở trường

□ 掃除当番 *sooji tooban*
clean up duty／清洁值生／trực nhật (dọn vệ sinh)

□ 宿題 *shukudai*
homework／作业／bài tập về nhà

□ 試験／テスト *shiken / tesuto*
examination, test／考试、测验／thi / bài kiểm tra

□

行事　　*Gyooji*　Event／惯例活动／Sự kiện, hội hè　🔊 087

□ 入学式 *nyuugaku shiki*
entrance ceremony／开学典礼／lễ nhập học

□ 卒業式 *sotsugyoo shiki*
graduation ceremony／毕业典礼／lễ tốt nghiệp

□ 始業式 *shigyoo shiki*
opening ceremony／开业典礼／lễ khai giảng

□ 終業式 *shuugyoo shiki*
closing ceremony／结业典礼／lễ tổng kết

□ 夏休み *natsu yasumi*
summer vacation／暑假／nghỉ hè

□ 運動会／体育祭 *undoo kai / taiikusai*
sports festival／运动会、体育节／hội thi thể thao

□ 学芸会 *gakugee kai*
student performance day／文艺会／hội diễn văn nghệ

□ 文化祭 *bunkasai*
school festival／文化节／lễ hội văn hóa

□ 社会科見学 *shakaika kengaku*
social studies field trip／社会参观学习课／tham quan (của) môn xã hội

□ 遠足 *ensoku*
excursion, picnic／郊游／chuyến tham quan/dã ngoại

□ 修学旅行 *shuugaku ryokoo*
school excursion/trip／修学旅行／chương trình du lịch cuối cấp

□ 健康診断 *kenkoo shindan*
medical examination／健康诊断／kiểm tra sức khỏe

□ 身体測定 *shintai sokutee*
body measurement／检查身体／đo chiều cao cân nặng

□ 予防接種 *yoboo sesshu*
vaccination／预防接种 (疫苗)、打预防针／tiêm phòng dịch

□ 家庭訪問 *katee hoomon*
home visit／家访／đến thăm gia đình

□ 個人懇談 *kojin kondan*
parent-teacher-student meeting／个人座谈会／họp phụ huynh riêng

□ 授業参観 *jugyoo sankan*
open class／参观教学／tham quan giờ học

□ 保護者会 *hogosha kai*
guardian association／监护人组织／hội phụ huynh học sinh

● 学校（幼稚園・保育園）へ行く人について記入して、先生に見せると便利です。

Convenient usage: Fill in the questionnaire below and show your teacher.／要填写有关去学校（幼儿园・托儿所）儿童的情况，以方便给老师看。／Sẽ rất thuận tiện nếu điền thông tin của trẻ đi học (mẫu giáo, nhà trẻ) và đưa cho giáo viên xem.

● 名前は（　　　　　　　　　）です。

My name is (　　　).／我叫（　　）。／Tên là (　　).

● （　　　　　　　　　）と呼んでください。

Please call me (　　).／请叫我（　　）。／Hãy gọi là (　　)

日本語は話せますか。 Can you speak Japanese?／会说日语吗? ／Bé có nói được tiếng Nhật không?	☐ **はい** Yes／会／Có ☐ **少し** A little／会一点儿／Một chút ☐ **いいえ** No／不会／Không
家で使うことばは何語ですか。 Which language do you speak at home?／在家使用哪种语言?／Khi ở nhà dùng ngôn ngữ gì?	
ひらがなは読めますか。 Can you read hiragana?／能读平假名吗? ／Bé có đọc được chữ Hiragana không?	☐ **はい** Yes／能／Có ☐ **少し** A little／懂一点儿／Một chút ☐ **いいえ** No／不懂／Không
ひらがなは書けますか。 Can you write hiragana?／能写平假名吗? ／Bé có viết được chữ Hiragana không?	☐ **はい** Yes／能写／Có ☐ **少し** A little／能写一点儿／Một chút ☐ **いいえ** No／不会写／Không
カタカナは読めますか。 Can you read katakana?／能读片假名吗? ／Bé có đọc được chữ Katakana không?	☐ **はい** Yes／能／Có ☐ **少し** A little／一点儿／Một chút ☐ **いいえ** No／不懂／Không
カタカナは書けますか。 Can you write katakana?／能写片假名吗? ／Bé có viết được chữ Katakana không?	☐ **はい** Yes／能写／Có ☐ **少し** A little／能写一点儿／Một chút ☐ **いいえ** No／不会写／Không

好きなことは何ですか。 🔊 P.50「好きなこと」 What do you like to do?／你喜欢什么?／Bé thích cái gì?	
好きな勉強は何ですか。 🔊 P.89「授業科目」 Which subject do you like?／你喜欢学什么课?／Bé thích môn học nào?	

食べられないものはありますか。
Is there anything you cannot eat?／有什么忌口吗?／Có món ăn nào bé không ăn được không?
    🔊 P.69「肉など」〜P.71「乳製品・卵」
	☐ **はい** Yes／有／Có
	  ※**何ですか。**
	    What is it?／（不能吃）什么?／Là món gì?
	  ※**理由** reason／理由／Lý do
	    ☐ **きらい**
	      dislike／不喜欢／Ghét, không thích
	    ☐ **アレルギー**
	      allergy／过敏／Dị ứng
	    ☐ **宗教上**
	      religion／宗教信仰／Do tôn giáo
	☐ **いいえ** No／没有／Không

学校からの「お知らせ」を読んでくれる人がいますか。 Is there anyone who can read the school notices/information for you?／有人帮你读学校的"通知"吗?／Có người đọc giúp các "Thông báo" do trường gửi về không?	☐ **はい** Yes／有／Có ☐ **いいえ** No／没有／Không
トイレが一人でできますか。 Can you use the toilet by yourself?／你能一个人上厕所吗?／Bé có tự mình đi toilet được không?	☐ **はい** Yes／能／Có ☐ **いいえ** No／不能／Không
和式トイレを使うことができますか。 Can you use a Japanese-style toilet?／你能用日式厕所吗?／Bé có dùng toilet kiểu Nhật được không?	☐ **はい** Yes／能／Có ☐ **いいえ** No／不能／Không
着替えが一人でできますか。 Can you change clothes by yourself?／你能一个人换衣服吗?／Bé có tự mình thay quần áo được không?	☐ **はい** Yes／能／Có ☐ **いいえ** No／不能／Không

10 病院
<ruby>病院<rt>びょういん</rt></ruby>

Byooin

Hospital
医院
Bệnh viện

---

100 あたま *¹ が いたい *² です。

***Atama** ga **itai** desu.*

I have a **headache**.
头疼。
Tôi bị **nhức** đầu.

くるしい

kurushii

painful
难受
đau, khó (thở)

だるい

darui

feeling tired
懒倦、没精神
mệt mỏi, uể oải

かゆい

kayui

itchy
痒
ngứa, ngứa ngáy

⟷ P.97「体」／ P.98「症状（1）」　➡ P.105「マイノート」

---

101 さむけ が します。

***Samuke** ga shimasu.*

I feel **chilly**.
发冷。
Tôi thấy **ớn lạnh**.

めまい

memai

dizziness
头晕
chóng mặt

はきけ

hakike

nausea
恶心、想吐
buồn nôn

どうき

dooki

palpitations
心跳、心悸
hồi hộp, (tim)
đập nhanh

 ⟷ P.98「症状（2）」

＊１ 　　　　：体の部位　body parts ／身体的部位／ Các bộ phận của cơ thể
＊２ 　　　　：症状　symptoms ／症状／ Tình trạng bệnh

102 ねつ が あります。

Netsu ga arimasu.

I have a **fever**.
发烧。
Bị **sốt**.

103 しょくよく が ありません。

Shokuyoku ga arimasen.

I have no **appetite**.
没有食欲。
Không **muốn ăn**.

じびょう

jibyoo

chronic disease
常年的老病
bệnh kinh niên

アレルギー

arerugii

allergy
过敏
dị ứng

おつうじ

otsuuji

a bowel move-
ment／大（小）便
đại tiện

◀▶ P.98「症状（3）」

104 せき が でます。

Seki ga demasu.

I have a **cough**.
咳嗽。
Bị **ho**.

はな／はなみず

hana / hanamizu

runny nose
鼻涕
nước mũi

たん

tan

phlegm
痰
đờm

しっしん

shisshin

eczema
湿疹
chàm, ghẻ lở

◀▶ P.99「症状（4）」

105 きのう からです。

Kinoo kara desu.

Since **yesterday**.
从昨天开始的。
Từ **hôm qua**.

↔ P.28「カレンダー」

106 ずっと です。

Zutto desu.

Continuously.
一直这样。
Cứ như vậy suốt.

● ずっと　*zutto*　continuously ／一直／ cứ như vậy suốt

● ときどき　*tokidoki*　sometimes ／有时候／ thinh thoảng

107 シャワー は いいですか。

Shawaa wa ii desu ka.

Can I take a **shower**?
可以洗淋浴吗?
Có được tắm **vòi hoa sen** không ạ?.

がっこう

gakkoo

school
学校
trường học

うんてん

unten

driving
驾驶
lái xe

しょくじ

shokuji

meal
饭
bữa ăn

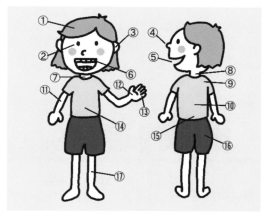

① 頭 あたま *atama*
head／头／đầu

② 目 め *me*
eye／眼睛／mắt

③ 耳 みみ *mimi*
ear／耳朵／tai

④ 鼻 はな *hana*
nose／鼻子／mũi

⑤ 口 くち *kuchi*
mouth／嘴／miệng

⑥ 歯 は *ha*
tooth／牙齿／răng

⑦ のど *nodo*
throat／嗓子／cổ họng

⑧ 首 くび *kubi*
neck／脖子／cổ

⑨ 肩 かた *kata*
shoulder／肩膀／vai

⑩ 背中 せなか *senaka*
back／后背／lưng

⑪ 腕 うで *ude*
arm／手腕／cánh tay

⑫ 手 て *te*
hand／手／tay

⑬ 指 ゆび *yubi*
finger／手指／ngón tay

⑭ おなか *onaka*
stomach／肚子／bụng

⑮ 腰 こし *koshi*
waist／腰／hông, eo

⑯ （お）しり *(o)shiri*
buttocks／屁股／mông

⑰ 足 あし *ashi*
leg, foot／腿、脚／chân

○

□ 痛い *itai*
painful／疼、痛／nhức

□ だるい *darui*
feeling tired／懒倦、没精神／mệt mỏi, uể oải

□ かゆい *kayui*
itchy／痒／ngứa, ngứa ngáy

□

□ 苦しい *kurushii*
painful／难受／đau, khó (thở)

□

□ 肩こり *katakori*
stiff neck/shoulders／肩酸、肩膀发僵／mỏi vai /
đau vai

□ 耳なり *miminari*
ringing sound in ears／耳鸣／ù tai

□ 寒気 *samuke*
shiver, chill／发冷／ớn lạnh

□ 胸やけ *muneyake*
heartburn／胃口难受、烧心／chứng ợ

□ どうき *dooki*
palpitations／心跳、心悸／hồi hộp, (tim) đập nhanh

□ めまい *memai*
dizziness／头晕／chóng mặt

□ はきけ *hakike*
nausea／恶心、想吐／buồn nôn

□

□ アレルギー *arerugii*
allergy／过敏／dị ứng

□ 持病 *jibyoo*
chronic disease／常年的老病／bệnh kinh niên

□ お通じ *otsuuji*
a bowel movement／大（小）便、排泄／tiểu tiện

□ 生理 *seeri*
menstrual period／例假／hành kinh

□ 出血 *shukketsu*
bleeding／出血／chảy máu

□ 熱 *netsu*
fever／发烧／sốt

□ 食欲 *shokuyoku*
appetite／食欲／cảm giác thèm ăn

□

□ 汗 ase
sweat／汗／mồ hôi

□ ガス gasu
gas／屁／ga, hơi

□ くしゃみ kushami
sneeze／喷嚏／hắt hơi

□ 血尿 ketsunyoo
blood in one's urine／血尿／tiểu ra máu

□ 血便 ketsuben
blood in one's stool／大便带血、血便／phân có máu

□ 湿しん shisshin
eczema／湿疹／chàm, ghẻ lở

□ せき seki
cough／咳嗽／ho

□ たん tan
phlegm／痰／đờm

□ 血 chi
blood／血／máu

□ はな／はなみず hana / hanamizu
runny nose／鼻涕／nước mũi

□ 鼻血 hanaji
bloody nose／鼻血／chảy máu cam

□

□ けいれん keeren
cramp, spasm／痉挛、抽搐／chuột rút

□ 下痢 geri
diarrhea／痢疾、拉肚子／tiêu chảy

□ しびれ shibire
numbness／麻木／tê mỏi

□ 疲れ tsukare
tiredness／疲意／mệt mỏi

□ はれ hare
swelling／肿／sưng tấy

□ 便秘 benpi
constipation／便秘／táo bón

□ むくみ mukumi
swelling／浮肿／phồng rộp

□

□ 脳 noo
brain／脑子、大脑／não

□ 食道 shokudoo
esophagus／食道／thực quản

□ 気管 kikan
trachea／气管／khí quản

□ 肺 hai
lung／肺／phổi

□ 心臓 *shinzoo*
heart／心脏／tim

□ 腸 *choo*
intestines／肠道／ruột

□ 胃 *i*
stomach／胃／bao tử, dạ dầy

□ 子宮 *shikyuu*
womb／子宫／tử cung

□ 肝臓 *kanzoo*
liver／肝脏／gan

□ 膀胱 *bookoo*
bladder／膀胱／bàng quang

□ 腎臓 *jinzoo*
kidney／肾脏／thận

□

病気など　*Byooki nado*　Illness, etc.／生病等／Bệnh, v.v… 🎧 097

□ 風邪 *kaze*
a cold／感冒／cảm

□ はしか *hashika*
measles／麻疹／bệnh sởi

□ 気管支炎 *kikanshien*
bronchitis／支气管炎／viêm phế quản

□ 風疹 *fuushin*
rubella／风疹／bệnh Rubella, bệnh sởi Đức

□ 食中毒 *shoku chuudoku*
food poisoning／食物中毒／ngộ độc thức ăn

□ 水ぼうそう *mizuboosoo*
chicken pox／水痘／bệnh thủy đậu

□ じんましん *jinmashin*
hives, a rash／荨麻疹／nổi mề đay

□ ポリオ／小児麻痺 *porio / shooni mahi*
Polio, poliomyelitis／小儿麻痹／
bệnh sốt bại liệt

□ 熱中症 *necchuushoo*
heat stroke／中暑／chứng sốc nhiệt, say nắng

□ 貧血 *hinketsu*
anemia／贫血／thiếu máu

□ 肺炎 *haien*
pneumonia／肺炎／viêm phổi

□ 高血圧 *kooketsuatsu*
high blood pressure／高血压／cao huyết áp

□ インフルエンザ *infuruenza*
influenza／流感／cúm

□ 骨折 *kossetsu*
fractured/broken bone／骨折／gãy xương

□ 新型コロナウイルス感染症
shingata korona uirusu kansensho
COVID-19 infection／新冠肺炎／bệnh truyền nhiễm covid-19

□ ねんざ *nenza*
sprain／挫伤、扭伤／bong gân / trật khớp

□ おたふくかぜ *otafukukaze*
parotiditis (mumps)／腮腺炎／bệnh quai bị

□ けが *kega*
injury／伤、受伤／vết thương

□ 結核 *kekkaku*
tuberculosis／结核／bệnh lao

□ やけど *yakedo*
burn／烧伤、烫伤／bỏng

□ 中耳炎 *chuujien*
tympanitis／中耳炎／bệnh viêm tai giữa / bệnh thối tai

□ 虫歯 *mushiba*
cavity/decayed tooth／蛀牙／sâu răng

□ 花粉症 *kafunshoo*
hay fever／花粉症／chứng dị ứng phấn hoa

□ 妊娠 *ninshin*
pregnancy／怀孕／thai nghén

検査など *Kensa nado* Inspection, etc. ／検査等／ Kiểm tra, v.v… 098

□ 血圧 *ketsuatsu*
blood pressure／血压／huyết áp

□ 血液 *ketsueki*
blood／血液／máu

□ 検温／熱 *ken'on / netsu*
taking temperature, fever／检查体温、发烧／đo nhiệt độ

□ 検尿 *kennyoo*
urine test／验尿／xét nghiệm nước tiểu

□ 検便 *kenben*
stool test／验便／xét nghiệm phân

□ 胃カメラ *i kamera*
gastrocamera／胃镜／soi dạ dày

□ 心電図 *shindenzu*
electrocardiogram／心电图／điện tâm đồ

□ 超音波 *choo onpa*
supersonic wave／超音波／sóng siêu âm

□ レントゲン *rentogen*
x-ray／X光、伦琴射线／chụp X-quang

□ 注射 *chuusha*
injection／打针／tiêm, chích

□ 点滴 *tenteki*
drip／点滴、输液／tiêm tĩnh mạch, truyền dịch

□ 麻酔 *masui*
anesthesia／麻醉／gây mê

□ 手術 *shujutsu*
operation／手术／phẫu thuật

□ ワクチン *wakuchin*
vaccination／疫苗接种／vắc-xin

薬の種類 *Kusuri no shurui* Types of Medicine ／药的种类／ Các loại thuốc 099

□ 処方箋* *shohoosen*
prescription／药方／đơn thuốc

□ 内服薬／内用薬／飲み薬
naifukuyaku / naiyooyaku / nomigusuri
internal medicine／内服药／thuốc uống

□ カプセル *kapuseru*
capsule／胶囊／viên con nhộng

□ 顆粒／粉薬 *karyuu / konagusuri*
granulated powder, powdered medicine／
颗粒, 粉末状的药／thuốc bột

＊病院で「処方箋」をもらったら、病院内または町の薬局で買います。
If you receive a prescription at the hospital, you can use it to buy medicine from the hospital's pharmacy or any other pharmacy of your choosing.／凭医院所开的处方可在医院或附近街道的药店里配药。／ Khi nhận được đơn thuốc của bệnh viện thì có thể mua thuốc trong bệnh viện hoặc ở các nhà thuốc trong thành phố.

□ 錠剤 *joozai*
tablet, pill／药丸、药片／thuốc viên

□ シロップ *shiroppu*
syrup／糖浆／si-rô

□ 目薬 *megusuri*
eye medicine/drops／眼药／thuốc nhỏ mắt

□ 軟膏／ぬり薬 *nankoo / nurigusuri*
ointment／膏药、贴药／thuốc bôi ngoài da

□ 湿布／はり薬 *shippu / harigusuri*
poultice／涂剂、抹药／chườm ướt / thuốc dán

□ 座薬 *zayaku*
medicine administered through the anus,
suppository／栓剂／thuốc nhét hậu môn

□ 痛み止め *itamidome*
pain reliever／止疼药／thuốc giảm đau

□ 解熱剤 *genetsuzai*
antifebrile (fever reducer)／退烧药／thuốc hạ
nhiệt

□ 抗生物質 *koosee busshitsu*
antibiotic／抗菌素、抗生素／thuốc kháng sinh

病院の薬　*Byooin no kusuri*　Ethical medicine／处方药／Thuốc của bệnh viện 🎧 100

① 内用薬 *naiyooyaku*
internal medicine／内服药／thuốc uống

② ～様 ～*sama*
Mr./Mrs./Ms. [polite name suffix]／
～先生（女士）／ông / bà ...

③ 用法 *yoohoo*
usage／用法／cách dùng

④ 1日 *ichinichi*
one day／1天／một ngày

⑤ ～回 ～*kai*
～ times／～回（次）／... lần

⑥ ～日分 ～*nichibun*
～ days worth／～天（的量）／phần cho ... ngày

⑦ 朝 *asa*
morning／早上／sáng

⑧ 昼 *hiru*
afternoon／白天／trưa

⑨ 夜 *yoru*
night／晚上／tối

⑩ 就寝前 *shuushin mae*
before going to bed／睡觉前／trước khi đi ngủ

⑪ ～時間毎 ～*jikan goto*
every ～ hours／每隔～小时／cách ～ tiếng, cứ
mỗi ～ tiếng

⑫ 毎食 *maishoku*
every meal／每顿饭／mỗi bữa ăn

⑬ 食前 *shokuzen*
before a meal／饭前／trước khi ăn

⑭ 食間 *shokkan*
between meals／两顿饭之间／giữa các bữa ăn

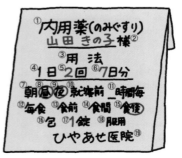

⑮ 食後 shokugo
after a meal／饭后／sau bữa ăn

⑯ ～包 ～hoo
～ powder packet (counter)／～包／... gói

⑰ ～錠 ～joo
～ pill (counter)／～片、～粒／... viên

⑱ 服用 fukuyoo
dose／服用／uống thuốc

⑲ 医院 iin
clinic／医院／bệnh viện

□

診療科目など　Shinryoo kamoku nado　Medical category, etc.／诊疗项目等／Các khoa chẩn đoán, v.v. ...🎧101

□ 医院／クリニック iin / kurinikku
clinic／医院、诊所、门诊所／bệnh viện

□ 救急病院 kyuukyuu byooin
emergency hospital／急救医院／viện cấp cứu

□ 診療所 shinryoojo
clinic／诊疗所／nơi khám chữa bệnh

□ 総合病院 soogoo byooin
general hospital／综合医院／bệnh viện đa khoa

□ 眼科 ganka
ophthalmology (eye doctor)／眼科／khoa mắt

□ 外科 geka
surgery／外科／ngoại khoa

□ 産婦人科 san fujinka
obstetrics and gynecology／妇产科／khoa phụ sản

□ 歯科 shika
dentistry／牙科／nha khoa

□ 耳鼻科 jibika
otolaryngology／耳鼻科／khoa tai mũi

□ 小児科 shoonika
pediatrics／小儿科／khoa nhi

□ 整形外科 seekee geka
orthopedics／矫形外科／khoa phẫu thuật chinh hinh

□ 内科 naika
internal medicine／内科／nội khoa

□ 泌尿器科 hinyookika
urology／泌尿科／khoa tiết niệu

□ 皮膚科 hifuka
dermatology／皮肤科／khoa da liễu

□ 入院 nyuuin
hospitalization／住院／nhập viện

□ 退院 taiin
leaving the hospital／出院／xuất viện

□ 通院 tsuuin
visiting a hospital regularly／定期去医院看病／đi bệnh viện

□ 医師／医者＊1 ishi / isha
doctor／医生／bác sỹ

□ 看護師＊2 kangoshi
nurse／护士／y tá

＊1 医者を呼ぶときは「先生」と言います。It is customary to call a doctor "先生."／称呼医生的时候，要叫 "先生"。／Khi gọi bác sỹ, người ta thường gọi là " 先生 ".

＊2 看護師を呼ぶときは「看護師さん」と言います。It is customary to call a nurse "看護師さん."／称呼护士的时候，要叫 "看護師さん"。／ Khi gọi y tá, người ta thường gọi là " 看護師さん ".

●病院での流れ　*Byooin deno nagare* 🎧102

How things work in a hospital／医院里的看病流程／Trình tự khám bệnh trong bệnh viện

❶受付 *uketsuke*

reception／问讯处、接待处／quầy tiếp tân

　□初診 *shoshin*
　　first medical examination／初诊／khám lần đầu tiên

　□再診 *saishin*
　　follow-up medical examination／复诊／tái khám

　□保険証 *hokenshoo*
　　health insurance card／保险证／thẻ bảo hiểm

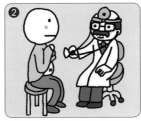

　□問診表 *monshin hyoo*
　　symptom questionnaire (filled out by patient)／病况调查表／bảng câu hỏi chẩn đoán

　□診察券 *shinsatsu ken*
　　patient's registration card／挂号证／phiếu đăng ký khám bệnh

❷診察室 *shinsatsushitsu*

medical examination room／诊室／phòng khám bệnh

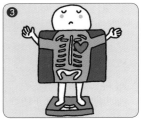

　□診察 *shinsatsu*
　　examination／诊察、诊断／khám bệnh

❸検査 *kensa*

inspection／检查／xét nghiệm

　□治療 *chiryoo*
　　treatment／治疗／trị liệu / điều trị

　□予約 *yoyaku*
　　appointment／预约／đặt trước, hẹn trước

❹会計 *kaikee*

accounting／结账／thanh toán

　□支払い *shiharai*
　　payment／支付、付款／thanh toán

❺薬局 *yakkyoku*

drugstore／药店／tiệm thuốc

　□処方箋 *shohoosen*
　　prescription／处方、药方／đơn thuốc

　□薬 *kusuri*
　　medicine／药／thuốc

● 病院へ行く人について記入して、お医者さんに見せると便利です。
Convenient usage: Fill in the questionnaire below and show your doctor.／填写病人状况，以便给医生看。／Sẽ tiện lợi hơn nếu bạn điền thông tin về người sẽ đến bệnh viện và đưa cho bác sỹ xem.

名前 name／名字／họ tên	
生年月日 date of birth (year, month, day)／出生年月日／ngày tháng năm sinh	

この病院に来たことがありますか。Have you visited this hospital before?／你来过这家医院吗？／Bạn đã từng đến bệnh viện này bao giờ chưa?

☐ 初めてです。This is my first time coming this hospital.／第一次来。／Đây là lần đầu tiên.

☐ 前に来ました。I have come to this hospital before.／以前来过。／Trước đây tôi đã có đến rồi.

どこが悪いですか。　　What is the problem?／哪里不舒服？／Bạn thấy đau chỗ nào?   🖐 P.97「体」

どんな症状ですか。　　What are the symptoms?／什么症状？／Tình trạng bệnh của bạn thế nào?

🖐 P.98「症状（1）」

熱がありますか。Do you have a fever?／发烧吗？／Bạn có bị sốt không?
☐ はい　Yes／是的／Có　☐ 少し　A little／有点儿／Một chút　☐ いいえ　No／不发烧／Không

吐き気がしますか。Do you feel nauseous?／觉得恶心吗？／Bạn có cảm thấy buồn nôn không?
☐ はい　Yes／是的／Có　☐ 少し　A little／有点儿／Một chút　☐ いいえ　No／不觉得／Không

咳が出ますか。Do you have a cough?／咳嗽吗？／Bạn có bị ho không?
☐ はい　Yes／是的／Có　☐ 少し　A little／有点儿／Một chút　☐ いいえ　No／不咳嗽／Không

下痢をしていますか。Do you have diarrhea?／拉肚子吗？／Bạn có đang bị tiêu chảy không?
☐ はい Yes／是的／Có　☐ 少し A little／有点儿／Một chút　☐ いいえ No／不拉肚子／Không

出血していますか。Are you bleeding?／出血了吗？／출혈이／Bạn có đang bị chảy máu không?
☐ はい　Yes／是的／Có　☐ 少し　A little／有点儿／Một chút　☐ いいえ　No／没有／Không

食欲はありますか。Do you have an appetite?／有食欲吗？／Bạn có thấy muốn ăn không?
☐ はい　Yes／有／Có　☐ 少し　A little／有点儿／Một chút　☐ いいえ　No／没有／Không

夜眠れますか。Can you sleep at night?／晚上睡得着觉吗？／Buổi tối bạn có ngủ được không?
☐ はい Yes／睡得着／Có　☐ 少し A little／能睡一会儿／Một chút　☐ いいえ No／睡不着／Không

ふだんたばこを吸いますか。Do you smoke?／平时抽烟吗?／Bình thường bạn có hút thuốc không?

☐ はい Yes／抽／Có　　☐ 少し A little／抽一点儿／Một chút　☐ いいえ No／不抽／Không

お酒を飲みますか。Do you drink alcohol?／喝酒吗?／Bạn có uống rượu không?

☐ はい Yes／喝酒／Có　　☐ 少し A little／喝一点儿／Một chút☐ いいえ No／不喝酒／Không

今、治療中の病気がありますか。Are you being treated for any illnesses now?／有没有正在治疗的其它疾病?／Hiện tại bạn có đang điều trị bệnh gì không?

☐ はい　Yes／有／Có

※何の病気ですか。What illness is it?／是什么病?／Đó là bệnh gì?　　　　　🔍 P.100「病気など」

☐ いいえ　No／没有／Không

今、薬を飲んでいますか。Are you currently taking any medicine?／现在还在服药吗?／Hiện tại bạn có đang uống thuốc không?

☐ はい　Yes／服药。／Có

※何の薬ですか。What medicine are you taking?／是什么药?／Đó là thuốc gì?　　🔍 P.100「病気など」

☐ いいえ　No／没服药。／Không

アレルギーはありますか。Do you have any allergies?／有过敏症状吗?／Bạn có bị dị ứng gì không?

☐ はい　Yes／有／Có

※原因は何ですか。What are you allergic to?／是什么原因?／Nguyên nhân là gì?

　☐ 薬 medicine／药物／Thuốc　　☐ 食べ物　food／食物／Thức ăn

　☐ その他　other／其他／Khác　　☐ 不明　don't know／原因不详／Không rõ

☐ いいえ　No／没有／Không

大きな病気をしたことがありますか。Have you ever had a serious illness?／以前得过大病吗?／Bạn đã bao giờ bị bệnh nặng chưa?

☐ はい　Yes／得过／Có

※いつですか。　When was it?／什么时候?／Khi nào?

（　　　　）年前　years ago／年前／（　　　　）năm trước.

※何の病気ですか。What was the illness?／是什么病?／Bị bệnh gì?　　🔍 P.100「病気など」

☐ いいえ　No／没得过／Không

手術_{しゅじゅつ}**をしたことがありますか。** Have you ever had an operation before?／以前做过手术吗？／Bạn đã từng phẫu thuật bao giờ chưa?

☐ **はい**　Yes／做过／Có

※**いつですか。** When was it?／什么时候?／Khi nào?

（　　　　　）**年前**_{ねんまえ}　years ago／年前／（　　　）năm trước.

※**何**_{なん}**の病気**_{びょうき}**／けがですか。** What was the illness/injury?／是什么病/伤?／Bị bệnh gì? / hay bị thương?

👉 P.100「病気など」

☐ **いいえ**　No／没有／Không

● **女性用**_{じょせいよう}　For Women／女性用／Dành cho nữ giới

今_{いま}**、生理中**_{せいりちゅう}**ですか。** Are you having your period now?／现在来着例假吗?／Hiện tại chị có đang bị hành kinh không?

☐ **はい**　Yes／是的／Có　　☐ **いいえ**　No／没有／Không

今_{いま}**、妊娠中**_{にんしんちゅう}**ですか。** Are you pregnant now?／现在怀孕了吗?／Hiện tại, chị có đang mang thai không?

☐ **はい**　Yes／是的／Có　　☐ **いいえ**　No／没有／Không

☐ **わかりません**　I don't know／不太清楚／Tôi không biết

不正出血_{ふせいしゅっけつ}**がありますか。** Do you have irregular bleeding?／有不正常的出血现象吗?／Chị có bị chảy máu bất thường không?

☐ **はい** Yes／有／Có　　☐ **いいえ** No／没有／Không　　☐ **ときどき** sometimes／有时候／Thỉnh thoảng

何回妊娠_{なんかいにんしん}**しましたか。**

How many times have you been pregnant?　　☐ **1回**_{かい} once／1次／1 lần　　☐ **2回**_{かい} twice／2次／2 lần

怀孕过几次了?　　☐ **3回以上**_{かい いじょう}　three or more times／3次以上／hơn 3 lần

Chị đã mang thai mấy lần rồi?　　☐ **したことがない**　never／没有怀孕过／Tôi chưa từng mang thai

何回出産_{なんかいしゅっさん}**しましか。** How many times have you given birth?／生过几次孩子?／Chị đã sinh nở mấy lần rồi?

☐ **1回**_{かい} once／1次／1 lần　　☐ **2回**_{かい} twice／2次／2 lần

☐ **3回以上**_{かい いじょう}　three or more times／3次以上／hơn 3 lần

※**最後**_{さいご}**の出産**_{しゅっさん}**はいつですか。** When was the last time you gave birth?／最后一次生孩子是什么时候? ／

Lần cuối cùng chị sinh là khi nào?　（　　　　　）**年前**_{ねんまえ}　years ago／年前／（　　　）năm trước.

☐ **したことがない**　never／没有分娩过／Tôi chưa từng sinh con

● **自分**_{じぶん}**でメモしておくと便利**_{べんり}**です。**　Convenient usage: take a memo about subjects below.／自己事先做好笔记，届时会比较方便。／Sẽ thuận tiện hơn khi bạn tự ghi chú trước.

● **症状**_{しょうじょう}**・病名**_{びょうめい}　*shoojoo, byoomee*　symptoms, disease name／症状、病名／Tình trạng bệnh, tên bệnh

● **注意事項**_{ちゅういじこう}　*chuuijikoo*　precautions, note／注意事项／Những điều lưu ý

● **次**_{つぎ}**の診察日**_{しんさつび}　*tsugi no shinsatsubi*　the next checkup day／下次就诊日期／Ngày khám tiếp theo

11

<ruby>電話<rt>でん わ</rt></ruby>
Denwa

Telephone
电话
Điện thoại

<ruby>電話<rt>でん わ</rt></ruby>する

Denwa suru
Making a Phone Call ／打电话／ Gọi điện thoại

🎧 104

108 もしもし ▨▨▨▨ *¹ です。▨▨▨▨ *² さんですか。

Moshi moshi, ___ desu. ___ san desu ka.

Hello, this is ___. Is this Mr./Mrs./Ms. ___?
喂，我是___。您是___吗?
A lô, tôi là ___. Xin hỏi có phải là anh/chị/bạn ___ không?

109 はい、そうです。

Hai, soo desu.

Yes, that's correct.
是，是的。
Vâng, tôi đây.

110 いいえ、ちがいます。

Iie, chigaimasu.

No, that's incorrect.
不，不是。
Không, không phải.

17 すみません。 *Sumimasen.*

I'm sorry.／对不起。／Xin lỗi.

🔊 P.39「あやまる」

＊1 ▨▨▨▨：自分の名前　your name ／自己的名字／ tên mình
＊2 ▨▨▨▨：相手の名前　name of the person you're talking to ／
対方的名字／ Tên của đối phương

Yobidasu
Calling Someone ／叫（找）人／ Gọi

 105

---

111 * さん おねがいします。

___ san onegai shimasu.

I'd like to speak to Mr./Mrs./Ms. __, please.
我找___。
Xin hãy gọi dùm anh　.

112 はい、おまちください。

Hai, omachi kudasai.

Yes, just a moment.
好的，请您稍等。
Vâng, xin đợi một chút.

113 いま、いません。

Ima, imasen.

He/she is not here now.
他（她）现在不在。
Hiện giờ không có ở đây.

＊ ▓▓▓▓▓：話したい人の名前　name of the person you want to talk to ／会话对方的姓名／ Tên của người mà bạn muốn
　　　　　　　nói chuyện

114 きょう やすみます。

Kyoo yasumimasu.

I am not coming today.
今天休息。
Hôm nay vắng mặt.

115 かぜ * で いけません。

__Kaze__ de ikemasen.

I cannot come because of a **cold**.
我感冒了，不能去了。
Vì bị **cảm** nên tôi không thể đi được.

116 じこ * で おくれます。

__Jiko__ de okuremasu.

I'll be late because of an **accident**.
由于（交通）事故，我要迟到一会儿。
Vì gặp **sự cố** nên tôi sẽ đến trễ.

けが
kega
injury
伤、受伤
vết thương

びょうき
byooki
illness
生病
bệnh

しごと
shigoto
job, work
工作
công việc

⟷ P.64「事故など」／ P.100「病気など」／ P.126「災害」

* ▨▨▨▨ ：理由　reason ／理由／ Lý do

Dengon o tanomu
Asking to Leave a Message ／拜托传话／ Nhờ nhắn lại

🎧 107

117 また でんわします と つたえてください。

***Mata denwa shimasu* to tsutaete kudasai.**

Please tell her/him that **I will call again**.
请您转告他（她），我过一会儿再打（电话）。
Xin hãy nhắn lại là tôi **sẽ gọi lại sau**.

でんわください

denwa kudasai

Please call me
请给我打电话
Xin hãy gọi cho tôi.

メールします

meeru shimasu

I will mail you/her/him
发电子邮件
Tôi sẽ gửi mail.

⟸ P.110「連絡する」

Yoyaku suru
Making a Reservation/Appointment ／预约／ Hẹn trước

🎧 108

118 よやく おねがいします。

***Yoyaku* onegai shimasu.**

Reservation, please.
我想预约一下。
Xin hãy cho tôi **cuộc hẹn**.

へんこう

henkoo

change
变更、更改
thay đổi

キャンセル

kyanseru

cancel
取消
hủy bỏ

〜月〜日 ⟸ P.28「カレンダー」

〜gatsu〜nichi

〜 month 〜 day
〜月〜号
ngày … tháng …

12 住^すまい
Sumai

Residence
住所
Chỗ ở

家^{いえ}さがし

Ie sagashi
House-Hunting ／找房子／ Tìm nhà

🎧 109

---

119 やちん は いくらですか。

***Yachin** wa ikura desu ka.*

How much is the **rent**?
房租多少钱?
Tiền thuê nhà là bao nhiêu?

しききん
shikikin
deposit
押金
tiền đặt cọc

れいきん
reekin
key money
酬谢金
tiền lễ

かんりひ
kanrihi
maintenance fee
管理費
phí quản lý

---

120 へやに だいどころ は ありますか。

*Heya ni **daidokoro** wa arimasu ka.*

Does it have a **kitchen**?
房间里有厨房吗?
Trong **nhà** có phòng **bếp** không?

（お）ふろ
(o)furo
bath
浴室、浴池
bồn tắm

トイレ
toire
toilet
厕所
toilet

エアコン
eakon
air conditioner
空调
máy điều hòa

⟺ P.114「部屋」「設備」

ごみ
Gomi
Garbage, Trash, Rubbish ／垃圾／ Rác

🔊 110

121 ごみ *¹ は いつ *² だしますか。*³

Gomi wa **itsu** dashimasu ka.

When does the **garbage** go out?
什么时候可以扔垃圾?
Đổ **rác** vào thứ mấy?

もえるごみ／かねんごみ
moeru gomi / kanen gomi

burnable garbage
可燃垃圾
rác đốt được

もえないごみ／ふねんごみ
moenai gomi / funen gomi

unburnable garbage
不可燃垃圾
rác không đốt được

しげんごみ
shigen gomi

recyclable waste
可再利用垃圾
rác có thể tái sử dụng

そだいごみ
sodai gomi

oversized garbage/trash
大型垃圾
rác khổ lớn

⟷ P.115「ごみ」

どこに
doko ni

where
在哪儿
ở đâu

どうやって
dooyatte

how
怎么做
như thế nào

＊1 ⬜⬜⬜：ごみの種類　type of garbage ／垃圾的种类／ Các loại rác
＊2 ⬜⬜⬜：疑問詞　interrogative ／疑问词／ Nghi vấn từ (Từ dùng để hỏi)
＊3 役所でパンフレットをもらって調べましょう。
　Get pamphlets from the public office and check them.
　在政府机关领取小册子查询。
　Hãy đến các cơ quan hành chính để nhận sách hướng dẫn và tìm hiểu.

□ 部屋 *heya*
room／房间／phòng

□ トイレ／お手洗い *toire / otearai*
bathroom, toilet, restroom／厕所、洗手间／toilet

□ 居間／リビング（ルーム）
ima / ribingu (ruumu)
living room／起居室／phòng khách

□ （お）風呂／バス（ルーム）
(o)furo / basu (ruumu)
bath (room)／浴室／bồn tắm, phòng tắm

□ 食堂／ダイニング（ルーム）
shokudoo / dainingu (ruumu)
dining room／食堂、厨房、餐厅／phòng ăn

□ 洋室 *yooshitsu*
wood-floored room／西式房间／phòng kiểu Tây

□ 寝室／ベッドルーム
shinshitsu / beddo ruumu
bedroom／卧室／phòng ngủ

□ 和室 *washitsu*
tatami room／日式房间／phòng kiểu Nhật

□ 台所／キッチン *daidokoro / kicchin*
kitchen／厨房／nhà bếp

□ 玄関 *genkan*
entry area (front door entrance)／正门、大门／tiền sảnh

□

□ 自転車置き場／駐輪場
jitensha okiba / chuurinjoo
place for leaving bicycles, bicycle parking space
／自行车停放处／nơi để xe đạp

□ 押し入れ／クローゼット
oshiire / kuroozetto
closet／壁橱、壁柜／tủ âm tường

□ 駐車場 *chuushajoo*
parking lot／停车场／bãi đậu xe

□ 靴入れ／げた箱 *kutsuire / getabako*
shoe cupboard／鞋架、鞋柜／tủ đựng giày

□ 庭 *niwa*
garden／院子／vườn

□ ベランダ／バルコニー
beranda / barukonii
veranda, balcony／阳台／ban công

□ 階段 *kaidan*
stairs, steps／楼梯、台阶／cầu thang

□ 窓 *mado*
window／窗户／cửa sổ

□ 非常口 *hijooguchi*
emergency exit／太平门／lối thoát hiểm

□ エアコン／冷暖房 *eakon / reedanboo*
air conditioner／空调、冷暖空调／máy điều hòa

□ ろうか *rooka*
hall, corridor／走廊／hành lang

□

□ アパート *apaato*
apartment／公寓／chung cư

□ 一戸建て *ikkodate*
detached house／独户住宅／nhà riêng biệt

□ マンション *manshon*
high-grade apartment／高级公寓／căn hộ cao cấp

□ 寮 *ryoo*
dormitory／宿舎／nhà ở tập thể/ký túc xá

□ ～畳 *~joo*
～ (tatami) mats／～帖（榻榻米的张数）／...
chiếu (1 chiếu = khoảng 1.5 m²)

□ ～階 *~kai*
～ floor／～层／... tầng

□ 築～年 *chiku~nen*
built ～ years ago／已建～年／xây dựng năm …

□ 徒歩～分 *toho~fun*
～ minute walk／步行～分钟／đi bộ mất ... phút

□ 1LDK* *wan eru dii kee*
one bedroom apartment／一室一厅带厨房／căn
hộ 1 LDK

□ 戸／ドア *to / doa*
door／门户、门／cửa

□ 床 *yuka*
floor／地面／sàn nhà

□

＊最初の数字は部屋の数。「L」はリビングルームの略。「DK」はダイニングキッチンの略。
The first number refers to the number of (bed)rooms. "L" is an abbreviation for 'living room,' and "DK" stands for 'eat-in
kitchen.'／最前面的数字是房间数，"L" 是起居室的简称，"DK" 是带餐厅的厨房的简称。／ Con số đầu tiên là số phòng.
"L" là viết tắt của Living Room (phòng khách). "DK" là viết tắt của Dining Kitchen (Phòng ăn liền bếp).

□ 燃えるごみ／可燃ごみ
moeru gomi / kanen gomi
burnable garbage／可燃垃圾／
rác đốt được

□ 燃えないごみ／不燃ごみ
moenai gomi / funen gomi
unburnable garbage／不可燃垃圾／
rác không đốt được

□ 資源ごみ *shigen gomi*
recyclable waste／可再利用垃圾／rác có thể tái
sử dụng

□ 粗大ごみ *sodai gomi*
oversized garbage/trash／大型垃圾／rác khổ lớn

□ 危険物 *kikenbutsu*
dangerous items／危险品／vật nguy hiểm

□ 缶 *kan*
can／罐子／lon

□ 瓶 *bin*
bottle／瓶／chai

□ ペットボトル *petto botoru*
plastic bottle／塑料瓶／chai nhựa

□ ダンボール *danbooru*
cardboard／纸板箱／thùng các-tông

□

13 役所 <ruby>役<rt>や</rt></ruby><ruby>所<rt>く</rt></ruby><ruby><rt>しょ</rt></ruby>
Yakusho

Public Office
政府机关
Cơ quan nhà nước

((🎧)) 115

---

122 こくみんけんこうほけん の てつづきが したいです。

***Kokumin kenkoo hoken** no tetsuzuki ga shitai desu.*

I would like to register for "**National Health Insurance**."
我想办理国民健康保险的手续。
Tôi muốn làm thủ tục **bảo hiểm sức khỏe quốc dân**.

じゅうしょへんこう
juusho henkoo

address change
变更住址
thay đổi địa chỉ

いんかんとうろく
inkan tooroku

seal registration
注册（登记）印章
đăng ký con dấu

こくみんねんきん
kokumin nenkin

national pension
国民养老金
tiền bảo hiểm lương hưu

↔ P.117「入国管理局」「役所」／ P.118「手続きなど」

---

123 ぼし（けんこう）てちょう が ほしいです。

***Boshi (kenkoo) techoo** ga hoshii desu.*

I would like to get a **mother and child health handbook**.
我想要育婴手册。
Tôi muốn có **Sổ tay (khám sức khỏe) mẹ con**.

ごみだしのパンフレット
gomidashi no panfuretto

pamphlet detailing proper
garbage disposal
垃圾处理手册
sách hướng dẫn đổ rác

ぼうさいのパンフレット
boosai no panfuretto

disaster prevention pamphlet
防灾手册
sách hướng dẫn phòng chống
thiên tai

にほんごボランティア
のリスト
nihongo borantia no risuto

Japanese language volunteer
list／日语志愿者名单／
danh sách tình nguyện viên tiếng Nhật

↔ P.118「生活情報」

□ 在留期間 *zairyuu kikan*
period of stay／在留期限／thời gian lưu trú

□ 在留資格 *zairyuu shikaku*
resident status／在留资格／tư cách lưu trú

□ 再入国許可 *sainyuukoku kyoka*
reentry permit／再次入境（国）许可／
giấy phép tái nhập cảnh

□ 永住許可 *eejuu kyoka*
permission for permanent residence／定居许可／
giấy phép vĩnh trú

□ 資格外活動許可
shikakugai katsudoo kyoka
permission to engage in activities not covered by
visa／资格外活动许可／giấy phép làm thêm

□ 帰化*の許可 *kika no kyoka*
naturalization permission／入籍许可／giấy phép
nhập tịch

□

* 帰化は法務局で手続きをします。
Naturalization follows a procedure governed by the Legal Affairs Bureau.／归化手续在法务局办理。／ Làm thủ tục
nhập tịch tại Sở tư pháp.

□ 住所変更 *juusho henkoo*
address change／变更住址／thay đổi địa chỉ

□ 印鑑登録 *inkan tooroku*
seal registration／注册（登记）印章／đăng ký con dấu

□ 国民年金 *kokumin nenkin*
national pension／国民养老金／tiền bảo hiểm
lương hưu

□ 国民健康保険
kokumin kenkoo hoken
national health insurance／国民健康保险／
bảo hiểm sức khỏe quốc dân

□ 介護保険 *kaigo hoken*
nursing care insurance／护理保险／bảo hiểm
chăm sóc sức khỏe (khi về già)

□ 健診 *kenshin*
health examination／健康诊断／kiểm tra sức
khỏe

□ 予防接種 *yoboo sesshu*
vaccination／预防接种（疫苗）、打预防针／
tiêm phòng dịch

□ 医療費の助成 *iryoohi no josee*
medical care subsidies／医疗费补助／
trợ cấp phí y tế

□ 児童手当 *jidoo teate*
child support allowance／儿童津贴／phụ cấp trẻ nhỏ

□ 障害手当 *shoogai teate*
disability benefit／残疾补助／phụ cấp người khuyết tật

□ 婚姻届 *kon'in todoke*
marriage registration／结婚登记／giấy đăng ký kết hôn

□ 妊娠届 *ninshin todoke*
pregnancy report／怀孕报告书／giấy báo có thai

□ 出生届 *shusshoo todoke*
notification of birth／出生登记／giấy khai sinh

手続きなど　*Tetsuzuki nado*　Procedures／手续类／Các loại thủ tục 🎧 118

- 申請　*shinsee*
  application／申请／xin (cấp)

- 変更　*henkoo*
  change／变更、更改／thay đổi

- 更新　*kooshin*
  update／更新／gia hạn

- 確認（切替）　*kakunin (kirikae)*
  confirmation (renewal)／确认（改换）／
  xác nhận (thay đổi)

- ～証明書　*~shoomeesho*
  ~ certificate／～证明书／giấy chứng nhận...

- 実印　*jitsuin*
  registered seal／正式印章、注册过的印章／
  con dấu chứng thực

- ビザ／査証　*biza / sashoo*
  visa／签证／visa / thị thực

- パスポート／旅券
  pasupooto / ryoken
  passport／护照／passport / hộ chiếu

-

生活情報　*Seekatsu joohoo*　Information on Daily Life／生活信息／Thông tin sinh hoạt 🎧 119

- 母子（健康）手帳　*boshi (kenkoo) techoo*
  mother and child health handbook／育婴手册／
  Sổ tay (khám sức khỏe) mẹ con

- 休日診療リスト
  kyuujitsu shinryoo risuto
  list of hospitals open for holidays／
  节假日诊疗目录／danh sách cơ sở khám chữa
  bệnh vào ngày nghỉ

- 防災のパンフレット
  boosai no panfuretto
  disaster prevention pamphlet／防灾手册／
  sách hướng dẫn phòng chống thiên tai

- ごみ出しのパンフレット
  gomidashi no panfuretto
  pamphlet detailing proper garbage disposal／
  垃圾处理手册／sách hướng dẫn đổ rác

- 日本語ボランティアのリスト
  nihongo borantia no risuto
  Japanese language volunteer list／
  日语志愿者名单／danh sách tình nguyện viên
  tiếng Nhật

- バス路線図　*basu rosenzu*
  bus route map／公交车路线图／bản đồ các tuyến xe buýt

-

税務署　*Zeemusho*　Tax Office／税务局／Phòng thuế 🎧 120

- 税金　*zeekin*
  tax／税、税款／tiền thuế

- 確定申告　*kakutee shinkoku*
  final tax return／确定申报／kê khai thuế

□ 源泉徴収票 ^{げんせんちょうしゅうひょう} gensen chooshuu hyoo
withholding tax certificate／所得税票单／hóa
đơn truy thu thuế tại nguồn

□ 納税 ^{のうぜい} noozee
tax payment／纳税／nộp thuế

| 書類用語 ^{しょるいようご} | Shorui yoogo
Document Terms／材料类用语／Các thuật ngữ được sử dụng trong các loại hồ sơ | 🎧121 |

□ 氏名／名前 ^{しめい} ^{なまえ} shimee / namae
name／姓名、名字／họ tên

□ ふりがな furigana
hiragana that shows pronunciation of kanji／
假名注音／furigana / phiên âm

□ 生年月日 ^{せいねんがっぴ} seenen gappi
date of birth／出生年月日／ngày tháng năm sinh

□ 年齢 ^{ねんれい} nenree
age／年龄／tuổi

□ 性別 ^{せいべつ} seebetsu
gender／性别／giới tính

□ 男 ^{おとこ} otoko   □ 女 ^{おんな} onna
male／男、男性／nam   female／女、女性／nữ

□ 住所／居住地 ^{じゅうしょ} ^{きょじゅうち} juusho / kyojuuchi
address／住址／địa chỉ

□ 電話番号 ^{でんわばんごう} denwa bangoo
telephone number／电话号码／số điện thoại

□ 緊急連絡先 ^{きんきゅうれんらくさき} kinkyuu renraku saki
emergency contact／紧急联络地（人）／
địa chỉ liên lạc khẩn cấp

□ 職業 ^{しょくぎょう} shokugyoo
occupation／职业／nghề nghiệp

□ 勤務先 ^{きんむさき} kinmu saki
office／工作地点、工作单位／nơi công tác

□ 学校名 ^{がっこうめい} gakkoomee
school name／学校的名称／tên trường

□ 署名 ^{しょめい} shomee
signature／签名／chữ ký

□ 捺印／押印 ^{なついん} ^{おういん} natsuin / ooin
stamping／盖章／đóng dấu

□ 国籍 ^{こくせき} kokuseki
nationality／国籍／quốc tịch

□ 来日期日 ^{らいにちきじつ} rainichi kijitsu
date of entry／来日日期／kỳ hạn đến Nhật Bản

□ 帰国予定 ^{きこくよてい} kikoku yotee
scheduled departure (going home)／
回国预定期／dự định về nước

□ 家族 ^{かぞく} kazoku
family／家属、家人／gia đình

□ 世帯主 ^{せたいぬし} setai nushi
head of household／户主／chủ hộ

□ 続柄 ^{つづきがら} tsuzukigara
relationship／亲属关系、血缘关系／quan hệ với
chủ hộ

□ 委任状 ^{いにんじょう} ininjoo
letter of attorney／委托证书／giấy ủy nhiệm

□ 請求書 ^{せいきゅうしょ} seekyuusho
bill／账单、付款通知单／hóa đơn

□ 領収書 ^{りょうしゅうしょ} ryooshuusho
receipt／收据、发票／biên lai

□

14 緊急・トラブル
きんきゅう
Kinkyuu, Toraburu

Emergencies, Trouble 🎧 122
紧急事件、纠纷
Khẩn cấp, rắc rối

---

(124) たすけて！

Tasukete!

Help!
救命！（帮帮我！）
Cứu tôi với!

警察（110）*
けいさつ

Keesatsu
Police／警察／Sở cảnh sát（☎ 110） 🎧 123

---

(125) どろぼう です！

Doroboo desu!

There's a **thief**!
小偷！
Cướp!!

こうつうじこ

kootsuu jiko

traffic accident
交通事故
tai nạn giao thông

ちかん

chikan

pervert, groper
性骚扰者
bị quấy rối

けんか

kenka

quarrel, fight
打架
cãi nhau

🔎 P.124 「警察」

---

* 緊急で警察を呼ぶときは 110 番に電話します。
If you need to contact the police in an emergency, dial 110.／报警时拨打 110。／Nhấn số 110 để gọi cảnh sát trong trường hợp khẩn cấp.

126 さいふ を なくしました。[*1]

Saifu *o nakushimashita.*

I lost my/the **wallet**.
钱包丢了。
Tôi bị mất **ví**.

かぎ
kagi
key
钥匙
chìa khóa

かばん
kaban
bag
提包
cái cặp

パスポート
pasupooto
passport
护照
passport

⟺ P.124「紛失」

しょうぼう
消防(119) [*2]   *Shooboo*   🎧 124
Firefighting ／消防／ Cục phòng cháy chữa cháy (☎ 119)

127 かじ です！

Kaji *desu!*

There's a **fire**!
着火了!
Cháy!

けが
kega
injury
受伤
vết thương

きゅうびょう
kyuubyoo
sudden illness
突然生病
đổ bệnh bất thình lình

こうつうじこ
kootsuu jiko
traffic accident
交通事故
tai nạn giao thông

⟺ P.94「病院」／ P.124「消防」

＊1 大事な物をなくしたときは、すぐに近くの交番に行って「紛失届」を出します。見つかったときに連絡があります。
　　If you lose something valuable, report it immediately at the nearest police box. A "lost item report" will be filled out, and you will be contacted if the item is found. ／丢失贵重物品后，应立刻去附近的派出所提交"丢失报告书"。有人捡到后，会来联系。／ Ngay lập tức đi đến đồn công an gần đó, nộp "Đơn cớ mất" khi làm rơi đồ vật quý giá. Bạn sẽ nhận được liên lạc ngay khi đồ vật được tìm thấy.

＊2 消防車や救急車を呼ぶときは 119 番に電話します。If you need to contact the fire station or call an ambulance, dial 119. ／叫消防车和急救车时拨打 119。／ Nhấn 119 để gọi xe cấp cứu và xe chữa cháy.

故障 (こしょう)

Koshoo

Broken ／故障／ Sự cố

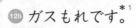

🎧 125

---

128 ガスもれです。[1]

Gasumore desu.

There's a gas leak.
煤气泄漏。
Gas bị rò ri.

---

129 みずもれです。[2]

Mizumore desu.

There's a water leak.
漏水。
Nước bị rò ri.

↔ P.125 「故障(1)」

---

130 トイレ が こわれました。

Toire ga kowaremashita.

The **toilet** is broken.
厕所坏了。
Toilet (Nhà vệ sinh) bị hỏng.

パソコン

pasokon

personal computer
电脑／ máy vi tính

シャワー

shawaa

shower
淋浴
vòi hoa sen

エアコン

eakon

air conditioner
空调
máy điều hòa

↔ P.125 「故障(2)」

＊ 1・2 → P.109

避難 （ひ なん）

Hinan
Shelter ／避难／ Lánh nạn

126

131 ひじょうぐち は どこですか。

Hijooguchi wa doko desu ka.

Where is the **emergency exit**?
紧急出口在哪儿?
Lối thoát hiểm ở đâu?

ひなんじょ
hinanjo
refuge, shelter
避难所
địa điểm lánh nạn

かいだん
kaidan
stairs, steps
楼梯
cầu thang

おいしゃさん
oishasan
doctor
医生
bác sỹ

⇔ P.126「避難」

マイノート　　*Mai nooto*　My Notes ／我的笔记本／ Sổ tay liên lạc

● 避難所（ひ なんじょ）を調（しら）べておくと便利（べん り）です。

Check where the emergency shelters are and write it down.／事先查清避难场所, 有便于使用。／Sẽ rất tiện lợi nếu bạn tìm hiểu trước về địa điểm lánh nạn.

☐ **場所**（ば しょ）　*basho*　place／地方、场所／địa điểm

☐ **住所**（じゅうしょ）　*juusho*　address／地址／địa chỉ

☐ **地図**（ち ず）　*chizu*　map／地图／bản đồ

Keesatsu　Police ／警察／ Sở cảnh sát　🎧 127

- □ どろぼう　*doroboo*
  robber, thief／小偷／cướp

- □ 運転免許　*unten menkyo*
  うんてんめんきょ
  driving license／驾驶证／bằng lái xe

- □ 交通事故　*kootsuu jiko*
  こうつう じ こ
  traffic accident／交通事故／tai nạn giao thông

- □ 駐車違反　*chuusha ihan*
  ちゅうしゃ い はん
  illegal parking／违法停车／đỗ xe sai luật

- □ ちかん　*chikan*
  pervert, groper／性骚扰者／bị quấy rối

- □ 交番　*kooban*
  こうばん
  police box／派出所／đồn cảnh sát

- □ けんか　*kenka*
  quarrel, fight／打架、吵架／cãi nhau

- □ パトカー　*patokaa*
  patrol car／警车／xe cảnh sát

- □ 詐欺　*sagi*
  さ ぎ
  scam ／骗局／lừa đảo

- □

ふんしつ
紛失　*Funshitsu*　Loss ／丢东西／ Mất đồ　🎧 128

- □ さいふ　*saifu*
  wallet／钱包／ví

- □ お金　*okane*
  か ね
  money／钱／tiền

- □ 鍵　*kagi*
  か ぎ
  key／钥匙／chìa khóa

- □ カード　*kaado*
  credit/debit card／卡／thẻ

- □ かばん　*kaban*
  bag／提包／cái cặp

- □ 自転車　*jitensha*
  じ てんしゃ
  bicycle／自行车／xe đạp

- □ パスポート　*pasupooto*
  passport／护照／passport

- □ 紛失届　*funshitsu todoke*
  ふんしつとどけ
  loss report／挂失／đơn giải trình mất đồ

しょうぼう
消防　*Shooboo*　Firefighting ／消防／ Cục phòng cháy chữa cháy　🎧 129

- □ 火事　*kaji*
  か じ
  fire／火灾、失火／cháy

- □ 消防車　*shooboosha*
  しょうぼうしゃ
  fire truck／消防车／xe chữa cháy

- □ けが　*kega*
  injury／伤、受伤／vết thương

- □ 救急車　*kyuukyuusha*
  きゅうきゅうしゃ
  ambulance／救护车／xe cấp cứu

- □ 急病　*kyuubyoo*
  きゅうびょう
  sudden illness／突然发病、急病／đổ bệnh bất thình lình

- □

故障（１）　Koshoo (1)　Broken (1) ／故障 (1) ／ Sự cố (1)　🎧 130

□ ガスもれ*1　gasumore
gas leak ／煤气泄漏／ gas bị rò rỉ

□ 停電　ていでん　teeden
power failure, blackout ／停电／ cúp điện, mất điện

□ 水もれ*2　みず　mizumore
water leak ／漏水／ nước bị rò rỉ

□

＊１　ガスもれはとても危険です。ガスのにおいがしたらすぐガス会社に連絡しましょう。24 時間対応して
くれます。
Gas leaks are very dangerous. If you smell gas, call the gas company immediately. An operator will answer the phone 24 hours a day. ／煤气泄漏是非常危险的。当闻到煤气味时，要立即通知煤气公司。煤气公司提供 24 小时服务。／ Rò rỉ gas là rất nguy hiểm. Khi thấy có mùi gas, hãy liên lạc khẩn cấp với công ty gas. Công ty gas luôn tiếp nhận thông tin 24/24h.

＊２　水もれは、自分の部屋はたいしたことがなくても、階下の部屋が水浸しになることがあるので、注意
しましょう。
Beware of water leaks because a small leak in your room can cause major damage to the room below you. ／漏水时，即便自己的房间并无大碍，但有时会影响楼下的住户，所以要多加注意。／ Rò rỉ nước trong phòng bạn không nhiều, nhưng cũng có thể dẫn đến ngập nước cho phòng ở dưới, do vậy hãy lưu ý.

故障（２）　Koshoo (2)　Broken (2) ／故障 (2) ／ Sự cố (2)　🎧 131

□ トイレ　toire
bathroom, toilet, restroom ／厕所／ toilet (nhà vệ sinh)

□ 携帯（電話）　けいたい　でんわ　keetai (denwa)
cell/mobile phone ／手机／ (điện thoại) di động

□ パソコン　pasokon
personal computer ／电脑／ máy vi tính

□ 電話　でんわ　denwa
telephone ／电话／ điện thoại

□ シャワー　shawaa
shower ／淋浴／ vòi hoa sen

□ ドアの鍵　かぎ　doa no kagi
door key ／房门钥匙／ khóa cửa

□ エアコン　eakon
air conditioner ／空调／ máy điều hòa

□ ファックス　fakkusu
fax ／传真／ fax

□ 水道　すいどう　suidoo
water service ／自来水管道／ nước máy

□ エレベーター　erebeetaa
elevator ／电梯／ thang máy

□ 車　くるま　kuruma
car ／车、汽车／ xe hơi

□

避難 *1 ひなん   Hinan   Shelter／避难／Lánh nạn   🎧 132

- □ 非常口 ひじょうぐち   hijooguchi
  emergency exit／安全出口／lối thoát hiểm

- □ 避難所 ひなんじょ   hinanjo
  shelter, refuge／避难所／địa điểm lánh nạn

- □ 階段 かいだん   kaidan
  stairs, steps／楼梯、台阶／cầu thang

- □ お医者さん いしゃ   oishasan
  doctor／医生／bác sỹ

- □ 救護所 きゅうごしょ   kyuugosho
  first aid station／救护所／trạm cứu nạn

- □ 給水車 きゅうすいしゃ   kyuusuisha
  emergency drinking water truck／供水车／xe cấp nước

- □

災害 *2 さいがい   Saigai   Disasters／灾害／Thiên tai   🎧 133

- □ 大雨 おおあめ   ooame
  heavy rain／大雨／mưa lớn

- □ 洪水 こうずい   koozui
  flood／洪水／lụt lội

- □ 強風 きょうふう   kyoofuu
  strong wind／强风／gió mạnh

- □ 台風 たいふう   taifuu
  typhoon／台风／bão

- □ 崖崩れ がけくずれ   gake kuzure
  landslide／悬崖塌陷／sụt lở đất

- □ 地震 じしん   jishin
  earthquake／地震／động đất

- □ 津波 つなみ   tsunami
  tsunami／海啸／sóng thần

- □

*1 危険なときは、地域で警報を出します。警報を聞いたらすぐ地域の避難所に行きましょう。
Warnings will be announced regionally in times of danger. Take shelter when you hear a warning.
当有危险时，地区会发广播警报，听到警报后，要立刻避难。
Địa phương sẽ có cảnh báo khi có nguy hiểm xảy ra. Hãy di chuyển đến địa điểm lánh nạn ngay khi nghe thông báo cảnh báo này.

*2 大地震や災害時には、安全のために水、電気、ガスなどが止められます。
Water, electricity, and gas services will stop in the event of a large earthquake or other disaster.
发生大地震等灾害时，为了安全起见，水、电、煤气等会被切断。
Khi xảy ra động đất lớn hoặc thiên tai, hãy tắt gas, điện, nước, v.v... để đảm bảo an toàn.

●地震のとき　*Jishin no toki*

When There's an Earthquake／地震时／Khi xảy ra động đất

家の中にいるとき

At Home／在家时／Nếu đang ở trong nhà

① 机の下にかくれます。

Hide under a desk.
躲在桌子下面。
Nấp xuống dưới bàn.

② 火を消します。

Turn off the gas.
关闭火源。
Tắt nguồn lửa.

家の外にいるとき

When you are outside of a building／出门在外时／Nếu đang ở bên ngoài nhà

① カバンなどで頭を守ります。

Use something (a bag, etc.) to protect your head.
用提包等东西保护好头部。
Dùng cặp sách, v.v… để che đầu.

② 上から落ちてくる物に注意します。

Beware of things falling from above.
注意上方落下来的东西。
Chú ý đến những vật rơi từ phía trên xuống.

★ エレベーターに乗っていたら、すべての階のボタンを押して、止まった階ですぐに降りましょう。

When in an elevator, push all of the buttons and get out of the elevator wherever it stops first.
正在电梯里时，可按下所有楼层的按钮，在电梯停下的楼层，即刻走出电梯。
Nếu đang ở trong thang máy, hãy nhấn nút của tất cả các tầng, và thoát ra ngoài ngay tại tầng thang máy dừng lại.

● 緊急用に、準備しておきましょう。 134

Let's prepare for an emergency.／有备无患，以防急用。／Hãy luôn chuẩn bị sẵn sàng cho những sự việc bất ngờ.

① 貴重品 *kichoohin*
valuables／贵重物品／đồ vật quý giá

② パスポート *pasupooto*
passport／护照／passport

③ お金 *okane*
money／钱／tiền

④ 通帳 *tsuuchoo*
bank book／存折／sổ ngân hàng

⑤ 水 *mizu*
water／水／nước

⑥ 食べ物 *tabemono*
food／食物／thức ăn

⑦ 携帯（電話） *keetai (denwa)*
cell/mobile phone／手机／(điện thoại) di động

⑧ 懐中電灯 *kaichuu dentoo*
flashlight／手电筒／đèn pin

⑨ 乾電池 *kandenchi*
dry cell battery／干电池／pin

⑩ ナイフ *naifu*
knife／刀子／dao

⑪ ライター *raitaa*
lighter／打火机／hộp quẹt

⑫ ラップ* *rappu*
plastic wrap／保鲜膜／màng bọc thực phẩm

＊ラップは、お皿や包帯の代わりにもなって便利です。
Plastic wrap can be used as a dish or as a bandage.
保鲜膜非常实用。可以用来当盘子或绷带。
Màng bọc thực phẩm rất tiện lợi vì nó có thể thay cho đĩa và băng buộc vết thương.

付録
ふろく
Furoku
Appendix／附录／Phụ lục

1 動きを表すことば

Ugoki o arawasu kotoba

<ruby>動<rt>うご</rt></ruby>きを<ruby>表<rt>あらわ</rt></ruby>すことば

Words that Show Movement
表示动作的词
Từ chỉ hành động

「〜ます」は丁寧な形です。「行きます」は辞書に出ている「行く」の丁寧な形です。
「食事します」は「食事する」の丁寧な形です。

" 〜ます " is used to create the polite form of a verb. " 行きます " is the polite form of " 行く " which is the dictionary form. Accordingly, " 食事します " is the polite form of " 食事する."

"〜ます" 是礼貌体。辞典里的 "行きます" 是 "行く" 的礼貌体表达形式。"食事します" 是 "食事する" 的礼貌体。

" 〜ます " là thể lịch sự. " 行きます " là thể lịch sự của thể từ điển " 行く ". " 食事します " là thể lịch sự của " 食事する "".

足	*Ashi* Foot, Leg ／腿（脚）／ Chân	🎧 135

行く／行きます *iku / ikimasu* go／去／đi	来る／来ます *kuru / kimasu* come／来／đến	帰る／帰ります *kaeru / kaerimasu* go back home／回家、回来／trở về
入る／入ります *hairu / hairimasu* enter／进、进入／đi vào	出る／出ます *deru / demasu* go out／出、出去／đi ra	着く／着きます *tsuku / tsukimasu* arrive／到达／đến nơi
歩く／歩きます *aruku / arukimasu* walk／走／đi bộ	走る／走ります *hashiru / hashirimasu* run／跑／chạy	渡る／渡ります *wataru / watarimasu* cross／过（马路）、渡过／băng qua
曲がる／曲がります *magaru / magarimasu* turn／弯曲／rẽ	立つ／立ちます *tatsu / tachimasu* stand／站／đứng	座る／座ります *suwaru / suwarimasu* sit／坐／ngồi
乗る／乗ります *noru / norimasu* get on／乘（车）／lên tàu/xe	降りる／降ります *oriru / orimasu* get off／下（车）／xuống xe	乗りかえる／乗りかえます *norikaeru / norikaemasu* change trains／换乘／đổi tàu/xe

手	Te Hand／手／Tay	🎧 136

入れる／入れます *ireru / iremasu* put in／放入／thêm vào	出す／出します *dasu / dashimasu* put out／取出、拿出／đưa ra, lấy ra	持つ／持ちます *motsu / mochimasu* have／拿、带、持有／mang
開ける／開けます *akeru / akemasu* open／打开／mở	閉める／閉めます *shimeru / shimemasu* close／关闭／đóng	つける／つけます *tsukeru / tsukemasu* turn on／打开、安装上／mở điện
消す／消します *kesu / keshimasu* turn off／熄灭、关闭／tắt điện	押す／押します *osu / oshimasu* push／推／đẩy	引く／引きます *hiku / hikimasu* pull／拉／lôi kéo
洗う／洗います *arau / araimasu* wash／洗／rửa	切る／切ります *kiru / kirimasu* cut／切／cắt	作る／作ります *tsukuru / tsukurimasu* make／作／làm
書く／書きます *kaku / kakimasu* write／写／viết	置く／置きます *oku / okimasu* put／放／đặt	取る／取ります *toru / torimasu* take／取、拿／cầm, lấy

目・耳・口	Me, Mimi, Kuchi Eye, Ear, Mouth／眼睛、耳朵、嘴／Mắt - Mũi - Miệng	🎧 137

見る／見ます *miru / mimasu* see／看／xem	聞く／聞きます *kiku / kikimasu* hear／听／nghe	見せる／見せます *miseru / misemasu* show／给～看、出示／cho xem
言う／言います *iu / iimasu* say／说／nói	話す／話します *hanasu / hanashimasu* speak／说／nói chuyện	読む／読みます *yomu / yomimasu* read／读／đọc
食べる／食べます *taberu / tabemasu* eat／吃／ăn	飲む／飲みます *nomu / nomimasu* drink／喝／uống	たばこを すう／すいます *tabako o* *suu / suimasu* smoke／抽烟／hút thuốc lá

<ruby>疲<rt>つか</rt></ruby>れる／<ruby>疲<rt>つか</rt></ruby>れます	<ruby>休<rt>やす</rt></ruby>む／<ruby>休<rt>やす</rt></ruby>みます	<ruby>治<rt>なお</rt></ruby>る／<ruby>治<rt>なお</rt></ruby>ります
tsukareru / tsukaremasu	*yasumu / yasumimasu*	*naoru / naorimasu*
become tired／累、疲倦／mệt mỏi	take a rest／休息／nghỉ ngơi	recover／（病）治好、痊愈／lành bệnh
おなかが すく／すきます	のどが かわく／かわきます	<ruby>汗<rt>あせ</rt></ruby>を かく／かきます
onaka ga *suku / sukimasu*	*nodo ga* *kawaku / kawakimasu*	*ase o kaku / kakimasu* sweat／汗／đổ mồ hôi
be hungry／肚子饿／đói bụng	be thirsty／嗓子干渴／khát nước	
<ruby>病気<rt>びょうき</rt></ruby>に なる／なります	<ruby>入院<rt>にゅういん</rt></ruby>する／します	<ruby>退院<rt>たいいん</rt></ruby>する／します
byooki ni *naru / narimasu*	*kaigoshi* be hospitalized／住院／nhập viện	*kaigoshi* leave the hospital／出院／xuất viện
become sick／生病／bị bệnh		
<ruby>通院<rt>つういん</rt></ruby>する／します	<ruby>検査<rt>けんさ</rt></ruby>する／します	<ruby>手術<rt>しゅじゅつ</rt></ruby>する／します
tsuuin suru / shimasu	*kensa suru / shimasu*	*shujutsu suru / shimasu*
go to hospital／去医院／đi bệnh viện	inspect／检查／xét nghiệm	operate／手术／phẫu thuật

<ruby>知<rt>し</rt></ruby>る／<ruby>知<rt>し</rt></ruby>ります	<ruby>教<rt>おし</rt></ruby>える／<ruby>教<rt>おし</rt></ruby>えます	わかる／わかります
shiru / shirimasu	*oshieru / oshiemasu*	*wakaru / wakarimasu*
know／知道／biết	teach／教、告诉／dạy học	understand／懂、明白／hiểu, biết
<ruby>覚<rt>おぼ</rt></ruby>える／<ruby>覚<rt>おぼ</rt></ruby>えます	<ruby>忘<rt>わす</rt></ruby>れる／<ruby>忘<rt>わす</rt></ruby>れます	<ruby>気<rt>き</rt></ruby>を つける／つけます
oboeru / oboemasu	*wasureru / wasuremasu*	*ki o*
remember／记住、记得／nhớ	forget／忘记／quên	*tsukeru / tsukemasu* be careful／小心、当心／cẩn thận
<ruby>思<rt>おも</rt></ruby>う／<ruby>思<rt>おも</rt></ruby>います	<ruby>喜<rt>よろこ</rt></ruby>ぶ／<ruby>喜<rt>よろこ</rt></ruby>びます	<ruby>驚<rt>おど</rt></ruby>く／<ruby>驚<rt>おど</rt></ruby>きます
omou / omoimasu	*yorokobu / yorokobimasu*	*odoroku / odorokimasu*
think／想、觉得／nghĩ	be pleased／高兴／hân hoan	be surprised／吃惊／ngạc nhiên

おこ 怒る／怒ります *okoru / okorimasu* be angry／生气／bực tức	こま 困る／困ります *komaru / komarimasu* be problematic／为难／khó khăn	あやま 謝る／謝ります *ayamaru / ayamarimasu* apologize／道歉／xin lỗi
あんしん 安心 する／します *anshin-suru / -shimasu* be relieved／放心／yên tâm	しんぱい 心配 する／します *shinpai-suru / -shimasu* worry／担心／lo lắng	ちゅうい 注意 する／します *chuui-suru / -shimasu* take note of, pay attention to／注意／chú ý
ゆっくり する／します *yukkuri-suru / -shimasu* be relaxed／慢慢地、安稳地／thư giãn	びっくり する／します *bikkuri-suru / -shimasu* be surprised／吃惊、吓一跳／giật mình	どきどき する／します *dokidoki-suru / -shimasu* be excited, nervous／忐忑不安／hồi hộp

にちじょうせいかつ 日常生活	*Nichijoo seekatsu* Daily Life／日常生活／cuộc sống hàng ngày	🎧 140

お 起きる／起きます *okiru / okimasu* wake up／起床／dậy	ね 寝る／寝ます *neru / nemasu* sleep／睡觉／ngủ	はたら 働く／働きます *hataraku / hatarakimasu* work／工作、劳动／làm việc
き 着る／着ます *kiru / kimasu* put on／穿／mặc	ぬ 脱ぐ／脱ぎます *nugu / nugimasu* take off／脱／cởi	はく／はきます *haku / hakimasu* put on [waist and below]／穿／mang (giày, dép), mặc (quần, váy)
しょくじ 食事 する／します *shokuji-suru / -shimasu* have a meal／吃饭、用餐／ăn uống	か もの 買い物 する／します *kaimono-suru / -shimasu* shop／买东西／mua hàng	せんたく 洗濯 する／します *sentaku-suru / -shimasu* do laundry／洗衣服／giặt giũ
そうじ 掃除 する／します *sooji-suru / -shimasu* clean／扫除／quét dọn	しごと 仕事 する／します *shigoto-suru / -shimasu* work／工作／làm việc	うんてん 運転 する／します *unten-suru / -shimasu* drive／驾驶、开（车）／lái xe
う 売る／売ります *uru / urimasu* sell／卖／bán	か 買う／買います *kau / kaimasu* buy／买／mua	はら 払う／払います *harau / haraimasu* pay／支付、付款／trả tiền
あ 会う／会います *au / aimasu* meet／遇见、碰见／gặp gỡ	ま 待つ／待ちます *matsu / machimasu* wait／等、等待／đợi	やくそく 約束 する／します *yakusoku-suru / -shimasu* promise／约定／hứa hẹn

シャワーを 浴びる／浴びます *shawaa o* *abiru / abimasu* take a shower／洗淋浴／đi tắm	歯を 磨く／磨きます *ha o* *migaku / migakimasu* brush one's teeth／刷牙／đánh răng	ひげを そる／そります *hige o* *soru / sorimasu* shave (one's beard)／刮胡子／cạo râu
めがねを かける／かけます *megane o* *kakeru / kakemasu* put glasses on／戴眼镜／đeo kính	ぼうしを かぶる／かぶります *booshi o* *kaburu / kaburimasu* put a hat on／戴帽子／đội nón	かさを さす／さします *kasa o* *sasu / sashimasu* use an umbrella／打伞／che dù
遊ぶ／遊びます *asobu / asobimasu* play／玩儿、游戏／chơi	片付ける／片付けます *katazukeru / katazukemasu* clean, put in order／整理、收拾／dọn dẹp	手伝う／手伝います *tetsudau / tetsudaimasu* help／帮忙／giúp
借りる／借ります *kariru / karimasu* borrow／借、借入／vay, mượn	貸す／貸します *kasu / kashimasu* lend／借出、借给／cho vay, cho mượn	返す／返します *kaesu / kaeshimasu* return／归还／trả lại
落とす／落とします *otosu / otoshimasu* drop／掉、使落下／đánh rơi	なくす／なくします *nakusu / nakushimasu* lose／丢失／làm mất, đánh mất	さがす／さがします *sagasu / sagashimasu* look for／找、寻找／tìm kiếm
あげる／あげます *ageru / agemasu* give／给、送给／cho	もらう／もらいます *morau / moraimasu* receive／领、得到／nhận	送る／送ります *okuru / okurimasu* send／送、邮寄／gửi
出席 する／します *shusseki-suru / -shimasu* attend／出席／tham dự	欠席 する／します *kesseki-suru / -shimasu* be absent／缺席／vắng mặt	遅刻 する／します *chikoku-suru / -shimasu* be late／迟到／đến muộn
急ぐ／急ぎます *isogu / isogimasu* hurry／急急忙忙、赶紧／vội vàng	遅れる／遅れます *okureru / okuremasu* be late／晚、延误／trễ	間に合う／ 間に合います *maniau / maniaimasu* be on time／来得及、赶得上／kịp

| 料理 | *Ryoori*　Food, Cooking ／饭菜／ Món ăn | 141 |

煮る／煮ます *niru / nimasu* boil／炖／ninh, kho	焼く／焼きます *yaku / yakimasu* burn, grill／烤／nướng	揚げる／揚げます *ageru / agemasu* deep fry／炸／chiên
炒める／炒めます *itameru / itamemasu* stir fry／炒／xào	ゆでる／ゆでます *yuderu / yudemasu* briefly boil／煮／luộc	蒸す／蒸します *musu / mushimasu* steam／蒸／hấp
温める／温めます *atatameru / atatamemasu* warm／加热（温）／làm cho ấm	ご飯を 炊く／炊きます *gohan o* *taku / takimasu* boil some rice／蒸饭／thổi cơm	お湯を 沸かす／沸かします *oyu o* *wakasu / wakashimasu* boil some water／烧开水／nấu nước sôi

| 連絡 | *Renraku*　Contacting Someone ／联系／ liên lạc | 142 |

| 電話 する／します
denwa-suru / -shimasu
call (phone)／打电话／gọi điện | メール する／します
meeru-suru / -shimasu
mail／发短信／gởi email | ファックス する／します
fakkusu-suru / -shimasu
send a fax／发传真／gửi fax |
| 予約 する／します
yoyaku-suru / -shimasu
reserve／预约／đặt phòng | 変更 する／します
henkoo-suru / -shimasu
change／变更／thay đổi | キャンセル する／します
kyanseru-suru / -shimasu
cancel／取消／hủy bỏ |

う 生まれる／生まれます *umareru / umaremasu* be born／出生／sinh ra	す 住む／住みます *sumu / sumimasu* live／住、居住／trú ngụ	ひ　こ 引っ越す／ 引っ越します *hikkosu / hikkoshimasu* move／搬家／chuyển nhà
き　こく 帰国 する／します *kikoku-suru / -shimasu* return to one's home country／ 回国／về nước	しゅうしょく 就職 する／します *shuushoku-suru / -shimasu* get a job／就业／xin việc, tìm được việc	けっこん 結婚 する／します *kekkon-suru / -shimasu* marry／结婚／kết hôn
りょこう 旅行 する／ 旅行 します *ryokoo-suru / -shimasu* travel／旅游／đi du lịch	にゅうがく 入学 する／します *nyuugaku-suru / shimasu* enroll／／入学／ nhập học	そつぎょう 卒業 する／します *sotsugyoo-suru / shimasu* graduate／毕业／tốt nghiệp

マイノート　　*Mai nooto*　My Notes ／我的笔记本／ Sổ tay liên lạc

2 ようすを表すことば
Yoosu o arawasu kotoba

Words that Describe
Situations
表示样态的词
Từ chỉ trạng thái

「〜です」は形容詞の丁寧な形です。例えば「大きいです」は辞書に出ている「大きい」の丁寧な形です。動詞の丁寧な形は 「ます」「ません」 が付きます。

" 〜です " is a polite expression used with adjectives. For example, " 大きいです " is the polite form of " 大きい " which is the dictionary form. " ます " " ません " are used to create the polite form of verbs.

"〜です"是形容词的礼貌体的表达形式。例如"大きいです"就是辞典中出现的"大きい"的礼貌体。动词的礼貌体是用"ます""ません" 来表达的。

" 〜です " là thể lịch sự của danh từ. Ví dụ " 大きいです " là thể lịch sự của thể từ điển " 大きい ". Thể lịch sự của động từ là thêm " ます " và " ません ".

ある／あります* *aru / arimasu* exist／有／có	ない／ないです／ありません* *nai / nai desu / arimasen* doesn't exist／没有／không có
いる／います* *iru / imasu* exist／在、有／có	いない／いません* *inai / imasen* doesn't exist／不在／không có
違う／違います* *chigau / chigaimasu* be different／不一样／khác	同じ／同じです *onaji / onaji desu* the same／一样、相同／giống nhau

良い／いいです *yoi / ii desu* be good／好／tốt	悪いです *warui desu* be bad／坏、不好／xấu	だいじょうぶです *daijoobu desu* be OK／没关系／không sao đâu	だめです *dame desu* be not OK／不行／ không được
正しいです *tadashii desu* be correct／正确／ chính xác	間違いです *machigai desu* be incorrect／错误、不 对／nhầm	やさしいです *yasashii desu* be easy／容易／dễ dàng	難しいです *muzukashii desu* be difficult／难／khó khăn
大きいです *ookii desu* be big／大／to	小さいです *chiisai desu* be small／小／nhỏ	長いです *nagai desu* be long／长／dài	短いです *mijikai desu* be short／短／ngắn

おお 多いです *ooi desu* be a lot/many／多／ nhiều	すく 少ないです *sukunai desu* be few／少／ít ỏi	たくさんです *takusan desu* be a lot／很多／nhiều	すこ 少しです *sukoshi desu* be a little／一点儿／ một chút
たか 高いです *takai desu* be tall／高／cao	ひく 低いです *hikui desu* be short／低／thấp	たか 高いです *takai desu* be expensive／贵／đắt tiền	やす 安いです *yasui desu* be inexpensive／便宜／ rẻ
あか 明るいです *akarui desu* be bright／明亮的／ sáng sủa	くら 暗いです *kurai desu* be dark／暗的／tối	あたら 新しいです *atarashii desu* be new／新的／mới	ふる 古いです *furui desu* be old／旧的、陈旧／cũ
ちか 近いです *chikai desu* be near／近／gần	とお 遠いです *tooi desu* be far／远／xa	ひろ 広いです *hiroi desu* be wide／宽广、宽大／ rộng	せま 狭いです *semai desu* be narrow／狭窄／hẹp
ふと 太いです *futoi desu* be fat／粗的／mập	ほそ 細いです *hosoi desu* be thin／细的／ốm	あつ 厚いです *atsui desu* be thick／厚的／dày	うす 薄いです *usui desu* be thin／薄的／mỏng
おも 重いです *omoi desu* be heavy／重／nặng	かる 軽いです *karui desu* be light／轻／nhẹ	かた 硬いです *katai desu* be hard/stiff／坚硬／ cứng	やわ 柔らかいです *yawarakai desu* be soft／柔软／mềm
つよ 強いです *tsuyoi desu* be strong／强／mạnh mẽ	よわ 弱いです *yowai desu* be weak／弱／yếu	きれいです *kiree desu* be clean／漂亮、干净／ sạch	きたな 汚いです *kitanai desu* be dirty／脏／dơ bẩn
はや 早いです *hayai desu* be early／早／sớm	おそ 遅いです *osoi desu* be late／迟到、晚的／ muộn	はや 速いです *hayai desu* be fast／快的／nhanh	おそ 遅いです *osoi desu* be slow／慢的／chậm
じょうず 上手です *joozu desu* be good/skilled at／擅 长、拿手／giỏi	へた 下手です *heta desu* be bad/unskilled at／不 擅长、拙笨／kém	とくい 得意です *tokui desu* be good／擅长／tài giỏi	にがて 苦手です *nigate desu* be not good／不擅长、 不喜欢／yếu

べん り 便利です *benri desu* be convenient／方便／ tiện lợi	ふ べん 不便です *fuben desu* be inconvenient／不方 便／bất tiện	しず 静かです *shizuka desu* be quiet／安静／yên tĩnh	にぎやかです *nigiyaka desu* be lively／热闹／nhộn nhịp
あつ 暑いです *atsui desu* be hot／热／nóng	さむ 寒いです *samui desu* be cold／寒冷／lạnh	あたた 暖かいです *atatakai desu* be warm／暖和／ấm áp	すず 涼しいです *suzushii desu* be cool／凉快／mát mẻ
あつ 熱いです *atsui desu* be hot／热／nóng	つめ 冷たいです *tsumetai desu* be cold／冷／lạnh	あま 甘いです *amai desu* be sweet／甜／ngọt	から 辛いです *karai desu* be spicy／辣／cay
おいしいです *oishii desu* be delicious／好吃／ ngon	まずいです *mazui desu* be disgusting (taste)／ 难吃／dở	す 好きです *suki desu* like／喜欢／thích	きら 嫌いです *kirai desu* dislike, hate／厌恶／ ghét
おもしろいです *omoshiroi desu* be interesting/funny／ 有趣／thú vị	つまらないです *tsumaranai desu* be bored/boring／无聊 ／nhàm chán	うれしいです *ureshii desu* be happy／高兴／vui mừng	かな 悲しいです *kanashii desu* be sad／悲伤／buồn
やさ 優しいです *yasashii desu* be gentle／温柔／tốt bụng	こわ 怖いです *kowai desu* be scary／可怕／sợ	げん き 元気です *genki desu* be energetic/healthy／ (身体) 好／khỏe mạnh	びょう き 病気です *byooki desu* be sick/ill／生病／bị bệnh
たの 楽しいです *tanoshii desu* be fun/enjoyable／快乐、 愉快／vui vẻ	かわいいです *kawaii desu* be cute／可爱／dễ thương	わか 若いです *wakai desu* be young／年轻／trẻ	たいせつ 大切です *taisetsu desu* be important／重要／ quan trọng
ゆうめい 有名です *yuumee desu* be famous／有名、著名 ／nổi tiếng	あぶないです *abunai desu* be dangerous／危险／ nguy hiểm	いた 痛いです *itai desu* be painful／疼／đau nhức	たいへん 大変です *taihen desu* be tough/difficult／严 重、够受的／vất vả

1 おはようございます。　*Ohayoo gozaimasu.* ⋯⋯⋯⋯⋯⋯⋯⋯⋯⋯⋯⋯ 36
Good morning.／早上好。／Xin chào buổi sáng.

2 おはよう。　*Ohayoo.* 36
Morning.／早上好。／Chào buổi sáng.

3 こんにちは。　*Konnichiwa.* 36
Good afternoon.／您好。／Chào buổi trưa.

4 こんばんは。　*Konbanwa.* 36
Good evening.／晚上好。／Chào buổi tối.

5 じゃあ、また。　*Jaa, mata.* 37
See you.／再见。／Gặp lại sau nhé!

6 しつれいします。　*Shitsuree shimasu.* ⋯⋯⋯⋯⋯⋯⋯⋯⋯⋯⋯⋯ 37
Excuse me. / Pardon me.／我失陪了。／Tôi xin phép đi trước.

7 さようなら。　*Sayoonara.* 37
Goodbye.／再见。／Tạm biệt.

8 おやすみなさい。　*Oyasuminasai.* ⋯⋯⋯⋯⋯⋯⋯⋯⋯⋯⋯⋯⋯⋯ 37
Have a good night. / Sleep well.／晚安。／Chúc ngủ ngon.

9 おだいじに。　*Odaijini.* ⋯⋯⋯⋯⋯⋯⋯⋯⋯⋯⋯⋯⋯⋯⋯⋯⋯⋯⋯⋯ 37
Get well/better soon.／您多保重。／Hãy giữ gìn sức khỏe nhé!

10 ありがとうございます。　*Arigatoo gozaimasu.* ⋯⋯⋯⋯⋯⋯⋯ 38・40
Thank you.／谢谢。／Xin cảm ơn.

11 どういたしまして。　*Doo itashimashite.* ⋯⋯⋯⋯⋯⋯⋯⋯⋯⋯⋯ 38
You're welcome.／不客气。／Không có chi.

12 ありがとう。　*Arigatoo.* ⋯⋯⋯⋯⋯⋯⋯⋯⋯⋯⋯⋯⋯⋯⋯⋯⋯ 38・40
Thanks.／谢谢。／Cám ơn.

13 いいえ。 (1)　*Iie.* ⋯⋯⋯⋯⋯⋯⋯⋯⋯⋯⋯⋯⋯⋯⋯⋯⋯⋯⋯⋯⋯⋯ 38
Don't mention it. / No (it was nothing).／不用谢。／Không có gì.

14 どうぞ。　*Doozo.* ⋯⋯⋯⋯⋯⋯⋯⋯⋯⋯⋯⋯⋯⋯⋯⋯⋯⋯⋯⋯⋯⋯⋯ 38
Please. / Go ahead.／请。／Xin mời tự nhiên.

15 もうしわけありません。　*Mooshiwake arimasen.* ··································· 39
I'm sorry.／十分抱歉。／Thành thật xin lỗi.

16 ごめんなさい。　*Gomennasai.* ··································· 39
I'm sorry.／对不起。不好意思。／Xin lỗi.

17 すみません。⁽¹⁾　*Sumimasen.* ··································· 39・108
Sorry.／对不起。／Xin lỗi.

18 いいえ。⁽²⁾　*Iie.* ··································· 39
No, it's fine. / Don't worry about it.／没关系。／Không có gì.

19 すみません。⁽²⁾　*Sumimasen.* ··································· 39
Excuse me.／对不起，打扰一下。／Xin lỗi, cho tôi hỏi…

20 はい。⁽¹⁾　*Hai.* ··································· 39
Yes? / How can I help you?／怎么啦?／Vâng.

21 いただきます。　*Itadakimasu.* ··································· 40
[Greeting before eating/drinking]／我先吃了。／Mời mọi người ăn cơm.

22 ごちそうさま。　*Gochisoosama.* ··································· 40
[Greeting after eating/drinking]／我吃好了。／Bữa ăn rất ngon, xin cám ơn.

23 おめでとうございます。　*Omedetoo gozaimasu.* ··································· 40
Congratulations.／祝贺（恭喜）您。／Xin chúc mừng.

24 おめでとう。　*Omedetoo.* ··································· 40
Congratulations.／恭喜。／Chúc mừng.

25 いってきます。　*Ittekimasu.* ··································· 41
I'll be back.／我走了。／Tôi đi đây.

26 いってらっしゃい。　*Itterasshai.* ··································· 41
See you soon.／走好啊。／Anh/chị/bạn đi nhé.

27 ただいま。　*Tadaima.* ··································· 41
I'm back. / I'm home.／我回来了。／Tôi đã về rồi đây.

28 おかえりなさい。　*Okaerinasai.* ··································· 41
Welcome back. / Welcome home.／回来啦。／Anh/chị/bạn đã về đấy à.

29 おねがいします。　*Onegai shimasu.* ··································· 42
Please.／拜托了。／Xin giúp cho.

㉚ もういちどおねがいします。　*Mooichido onegai shimasu.* ················· 42
Please say that again.／请您再说一遍。／Xin vui lòng lặp lại một lần nữa.

㉛ えいごでおねがいします。　*Eego de onegai shimasu.* ················· 42
Please say it English.／请您用英语说。／Xin vui lòng nói bằng tiếng Anh.

㉜ かいてください。　*Kaite kudasai.* ················· 42
Please write it.／请写一下。／Xin vui lòng viết ra.

㉝ おしえてください。　*Oshiete kudasai.* ················· 42
Please tell me.／请告诉我。／Xin vui lòng chỉ cho tôi.

㉞ ちょっとまってください。　*Chotto matte kudasai.* ················· 42
Just a moment.／请您稍等一会儿。／Xin vui lòng chờ một chút.

㉟ はい。⁽²⁾　*Hai.* ················· 43
Yes.／是的。／Vâng.

㊱ いいえ。⁽³⁾　*Iie.* ················· 43
No.／不是。／Không.

㊲ わかりました。　*Wakarimashita.* ················· 43
I understand.／我明白了。／Tôi hiểu rồi.

㊳ わかりません。　*Wakarimasen.* ················· 43
I don't understand.／我不明白。／Tôi không hiểu.

㊴ だいじょうぶです。　*Daijoobu desu.* ················· 43
It's OK.／没关系。／Không sao đâu, không có vấn đề gì cả.

㊵ だめです。　*Dame desu.* ················· 43
It's not OK.／不行。／Không được phép.

㊶ できます。　*Dekimasu.* ················· 43
I can.／能（可以）。／Có thể.

㊷ できません。　*Dekimasen.* ················· 43
I can't.／不行（不会）。／Không thể.

㊸ なんですか。　*Nan desu ka.* ················· 44
What is it?／是什么？／Nó là gì?

㊹ にほんごでなんですか。　*Nihongo de nan desu ka.* ················· 44
How do you say it in Japanese?／用日语怎么说？／... nói bằng tiếng Nhật là gì?

45 なにがいいですか。　*Nani ga iidesu ka.* ··· 44
What do you want/like?／你想要什么?／Cái gì thì được?

46 いつですか。　*Itsu desu ka.* ··· 44
When is it?／什么时候?／Khi nào?

47 どこですか。　*Doko desu ka.* ··· 44
Where is it?／在哪儿? 在哪里?／Ở đâu?

48 だれですか。　*Dare desu ka.* ··· 44
Who is (he, she, etc.)?／是谁?／Ai?

49 どれですか。　*Dore desu ka.* ··· 45
Which is it?／是哪个?／Cái nào?

50 どっちですか。　*Docchi desu ka.* ··· 45
Which one is it?／哪一个?／Chỗ nào?

51 いくつですか。　*Ikutsu desu ka.* ··· 45
How many are there?／有多少?／Bao nhiêu cái?

52 いくらですか。　*Ikura desu ka.* ·· 45・60・66
How much is it?／多少钱?／Bao nhiêu tiền?

53 どうしてですか。　*Dooshite desu ka.* ··· 45
Why is that?／为什么?／Tại sao?

54 どうやっていきますか。　*Dooyatte ikimasu ka.* ·· 45
How do you go/get there?／怎么去?／Đi bằng cách nào?

55 はじめまして。～です。　*Hajimemashite. ~desu.* ····································· 46
Nice to meet you. I'm ~./初次见面, 我是～。／Xin chào. Tôi là ___.

56 どうぞよろしくおねがいします。　*Doozo yoroshiku onegai shimasu.* ·········· 46
[Greeting when meeting someone for the first time]／请多关照。／Rất vui được gặp bạn.

57 ～からきました。　*~kara kimashita.* ··· 47
I am from ~./我来自～。／Tôi đến từ ___.

58 きょねんきました。　*Kyonen kimashita.* ·· 47
I came last year./我是去年来的。／Tôi đến đây vào năm ngoái.

59 2023ねん9がつにきました。　*Nisen hachi nen ku gatsu ni kimashita.* ········· 47
I came in September 2023./我是2023年9月来的。／Tôi đến đây vào tháng 9 năm 2023.

60 けんしゅうせいです。　*Kenshuusee desu.* ································· 48
I am a trainee.／我是研修生。／Tôi là tu nghiệp sinh.

61 まえはがくせいでした。　*Mae wa gakusee deshita.* ················· 48
I used to be a student before.／我以前是学生。／Trước đây tôi là sinh viên.

62 こうじょうではたらいています。　*Koojoo de hataraite imasu.* ········ 48
I work in a factory.／我在工厂工作。／Tôi đang làm việc tại nhà máy.

63 スポーツがすきです。　*Supootsu ga suki desu.* ··················· 49
I like sports.／我喜欢体育运动。／Tôi thích thể thao.

64 おとうとがいます。　*Otooto ga imasu.* ·························· 49
I have a younger brother.／我有弟弟。／Tôi có em trai.

65 えきへいきたいです。　*Eki e ikitai desu.* ······················ 52
I want to go to a/the station.／我想去车站。／Tôi muốn đi đến nhà ga.

66 ちずをかいてください。　*Chizu o kaite kudasai.* ················ 52
Please draw me a map.／请给我画张地图。／Xin hãy vẽ bản đồ giúp tôi.

67 こうばんはどっちですか。　*Kooban wa docchi desu ka.* ·········· 53
Which way is the police box?／派出所在哪边?／Đồn cảnh sát ở đâu vậy?

68 あっちです。　*Acchi desu.* ··································· 53
That way.／那边。／Ở đằng kia.

69 よこはまま でいくらですか。　*Yokohama made ikura desu ka.* ····· 58
How much is it to Yokohama?／到横滨要多少钱?／Đi từ đây đến Yokohama hết bao nhiêu tiền?

70 よこはまはなんばんせんですか。　*Yokohama wa nanbansen desu ka.* ····· 58
Which platform is it to Yokohama?／到横滨要坐几号线?／Tuyến số mấy đi đến Yokohama?

71 よこはまはいくつめですか。　*Yokohama wa ikutsume desu ka.* ····· 58
How many stops are there to Yokohama?／到横滨要坐几站?／Yokohama là trạm/ga thứ mấy ạ?

72 これはよこはまへいきますか。　*Kore wa Yokohama e ikimasu ka.* ····· 59
Does this go to Yokohama?／这趟车去横滨吗?／Xe điện này đi đến Yokohama phải không?

73 かいさつぐちはどっちですか。　*Kaisatsuguchi wa docchi desu ka.* ····· 59
Which way is the ticket gate?／检票口在哪儿?／Cổng soát vé ở đâu?

74 よこはまえきまでおねがいします。　*Yokohama eki made onegai shimasu.* ······ 60
Please go to Yokohama Station.／我要去横滨车站。／Xin hãy cho tôi đến nhà ga Yokohama.

144

75 ここでとめてください。　*Koko de tomete kudasai.* ···································· 60
Please stop here.／请在这儿停（车）。／Dừng ở đây.

76 これください。　*Kore kudasai.* ···································· 66
This one, please.／请给我这个。／Lấy cho tôi cái này.

77 シャンプーはどこですか。　*Shanpuu wa doko desu ka.* ···································· 67
Where is the shampoo?／洗发水在哪儿？／Dầu gội đầu để ở đâu?

78 おおきいのありますか。　*Ookii no arimasu ka.* ···································· 67
Do you have a large one?／有大一点儿的吗？／Có loại lớn không?

79 しゅうりおねがいします。　*Shuuri onegai shimasu.* ···································· 68
Repair (fix), please.／请修理一下。／Xin hãy sửa giúp tôi.

80 これおねがいします。　*Kore onegai shimasu.* ···································· 68
This one, please.／这个麻烦您一下。／Lấy cho tôi cái này.

81 きんえんせきおねがいします。　*Kin'en seki onegai shimasu.* ···································· 76
Non smoking seat, please.／我要禁烟座位。／Xin cho tôi ngồi ở khu không hút thuốc.

82 ハンバーグとパンおねがいします。　*Hanbaagu to pan onegai shimasu.* ···································· 76
Hamburger steak and bread, please.／我要汉堡和面包。／Lấy cho tôi bánh mì và hamburger.

83 これはなんですか。　*Kore wa nan desu ka.* ···································· 77
What is this?／这是什么？／Đây là cái gì?

84 ぶたにくはたべられません。　*Buta niku wa taberaremasen.* ···································· 77
I cannot eat pork.／我不能吃猪肉。／Tôi không ăn được thịt heo.

85 ぎゅうにゅうはのめません。　*Gyuunyuu wa nomemasen.* ···································· 77
I cannot drink milk.／我不能喝牛奶。／Tôi không uống được sữa.

86 スプーンをとってください。　*Supuun o totte kudasai.* ···································· 78
Will you pass me a spoon?／请给我汤勺。／Lấy cho tôi cái thìa.

87 おいしいです。　*Oishii desu.* ···································· 78
It is delicious.／好吃（好喝。）／Ngon quá!

88 りょうりのなまえをおしえてください。　*Ryoori no namae o oshiete kudasai.* 79
Please tell me the name of the food/dish?／请告诉我这道菜的名字。／Xin vui lòng cho tôi biết tên của món ăn.

89 どうやってたべますか。　*Dooyatte tabemasu ka.* ···································· 79
How do you eat?／怎么吃？／Ăn như thế nào?

90 ふなびんでおねがいします。　*Funabin de onegai shimasu.* ·················· 82
By sea mail, please.／我想用海运。／Cho tôi gửi bằng đường biển.

91 いつつきますか。　*Itsu tsukimasu ka.* ·················· 82
When will it arrive?／什么时候到?／Khi nào đến?

92 はがき3まいください。　*Hagaki san mai kudasai.* ·················· 83
Three postcards, please.／我要3张明信片。／Lấy cho tôi 3 tấm bưu thiếp.

93 りょうがえおねがいします。　*Ryoogae onegai shimasu.* ·················· 83
Please exchange this.／我想兑换钱。／Cho tôi đổi tiền.

94 ひらがなはだいじょうぶです。　*Hiragana wa daijoobu desu.* ·················· 86
I can read/write hiragana.／平假名的话，没有问题。／Chữ Hiragana thì không có vấn đề gì cả.

95 かんじはだめです。　*Kanji wa dame desu.* ·················· 86
I can't read/write kanji.／我不会汉字。／Chữ Hán thì không được.

96 えがとくいです。　*E ga tokui desu.* ·················· 87
I'm good at drawing.／我擅长绘画。／Tôi có khiếu vẽ tranh.

97 はっぴょうがにがてです。　*Happyoo ga nigate desu.* ·················· 87
I'm not good at public speaking.／我不擅长发表。／Tôi không giỏi phát biểu trước đông người.

98 きょうけっせきします。　*Kyoo kesseki shimasu.* ·················· 88
I'll be absent today.／我今天缺席。／Hôm nay vắng mặt.

99 びょうきです。　*Byooki desu.* ·················· 88
I'm sick.／生病了。／Bị bệnh.

100 あたまがいたいです。　*Atama ga itai desu.* ·················· 94
I have a headache./头疼。／Tôi bị nhức đầu.

101 さむけがします。　*Samuke ga shimasu.* ·················· 94
I feel chilly.／发冷。／Tôi thấy ớn lạnh.

102 ねつがあります。　*Netsu ga arimasu.* ·················· 95
I have a fever.／发烧。／Bị sốt.

103 しょくよくがありません。　*Shokuyoku ga arimasen.* ·················· 95
I have no appetite.／没有食欲。／Không muốn ăn.

104 せきがでます。　*Seki ga demasu.* ·················· 95
I have a cough.／咳嗽。／Bị ho.

105 きのうからです。　*Kinoo kara desu.* ································· 96
Since yesterday.／从昨天开始的。／Từ hôm qua.

106 ずっとです。　*Zutto desu.* ······································· 96
Continuously.／一直这样。／Cứ như vậy suốt.

107 シャワーはいいですか。　*Shawaa wa iidesu ka.* ··············· 96
Can I take a shower?／可以洗淋浴吗?／Có được tắm vòi hoa sen không ạ?

108 もしもし～です。～さんですか。　*Moshimoshi, ~desu. ~san desu ka.* ········ 108
Hello, this is ~. Is this Mr./Mrs./Ms.~?／喂，我是~。您是~吗?／Tôi là ___. Xin hỏi có phải là anh/chị/bạn ___ không?

109 はい、そうです。　*Hai, soo desu.* ······························· 108
Yes, that's correct.／是，是的。／Vâng, tôi đây.

110 いいえ、ちがいます。　*Iie, chigaimasu.* ························ 108
No, that's incorrect.／不，不是。／Không, không phải.

111 ～さんおねがいします。　*~san onegai shimasu.* ·············· 109
I'd like to speak to Mr./Mrs./Ms. ~, please.／我找~。／Xin hãy gọi dùm anh ___.

112 はい、おまちください。　*Hai, omachi kudasai.* ·············· 109
Yes, just a moment.／好的，请您稍等。／Vâng, xin đợi một chút.

113 いま、いません。　*Ima, imasen.* ·································· 109
He/she is not here now.／他（她）现在不在。／Hiện giờ không có ở đây.

114 きょうやすみます。　*Kyoo yasumimasu.* ······················ 110
I am not coming today.／今天休息。／Hôm nay vắng mặt.

115 かぜでいけません。　*Kaze de ikemasen.* ······················ 110
I cannot come because of a cold.／我感冒了，不能去了。／Vì bị cảm nên tôi không thể đi được.

116 じこでおくれます。　*Jiko de okuremasu.* ······················ 110
I'll be late because of an accident.／由于（交通）事故，我要迟到一会儿。／Vì gặp sự cố nên tôi sẽ đến trễ.

117 またでんわしますとつたえてください。
Mata denwa shimasu to tsutaete kudasai. ····················· 111
Please tell her/him that I will call again.／请您转告他（她），我过一会儿再打（电话）。／Xin hãy nhắn lại là tôi sẽ gọi lại sau.

118 よやくおねがいします。　*Yoyaku onegai shimasu.* ·············· 111
Reservation, please.／我想预约一下。／Xin hãy cho tôi cuộc hẹn.

154

Mục lục từ   *Tango sakuin*

🎧 音声のダウンロード方法

How to Download the Audio Files / 有声下载方法 / Cách tải tệp âm thanh

この本の音声は、以下の2つの方法でダウンロード／再生することができます。すべて無料です。

The audio files for this book can be downloaded/listened to free of charge in the following two ways.

此书的有声音档可以使用以下2种方法下载／播放。完全免费。

Bạn có thể tải / mở tệp âm thanh của quyển sách này bằng 2 cách sau. Tất cả đều miễn phí.

①アプリ「OTO Navi」でダウンロードする

Download them on the OTO Navi app/ 下载「**OTO Navi**」APP / Tải bằng ứng dụng "OTO Navi"

右のコードを読み取って、ジャパンタイムズ出版の「OTO Navi」をスマートフォンやタブレットにインストールし、音声をダウンロードしてください。

Scan the QR code to the right to download and install the Japan Times Publishing's OTO Navi app to your smartphone or tablet. Then, use that to download the audio files.

使用手机或平板扫描右方二维码，就能够安装 The Japan Times 出版的「OTO Navi」APP，下载有声音档。

Vui lòng đọc mã QR bên phải, cài đặt "OTO Navi" của NXB Japan Times vào điện thoại thông minh hoặc máy tính bảng để tải tệp âm thanh.

②ジャパンタイムズ出版のウェブサイトからダウンロードする

Download them from the Japan Times Book club / 在**The Japan Times**出版的官方网站下载 / Tải từ trang chủ của NXB Japan Times

パソコンで以下の URL にアクセスし、mp3 ファイルをダウンロードしてください。

Access the site below using your computer and download the mp3 files.

使用电脑访问以下链接，下载 MP3 档。

Vui lòng truy cập vào đường dẫn URL sau bằng máy tính để tải tệp mp3 xuống.

https://bookclub.japantimes.co.jp/jp/book/b634145.html

●名前　name／姓名／họ tên

●住所　address／住址／địa chỉ

●電話番号　telephone number／电话号码／số điện thoại

●緊急連絡先　emergency contact／紧急联络地（人）／địa chỉ liên lạc khẩn cấp

札幌
Sapporo

京都
Kyooto

東京
Tookyoo

横浜
Yokohama

大阪
Oosaka